சொந்தச் சிறைகள்

அப்துல் ரகுமான்

நேஷனல் பப்ளிஷர்ஸ்
2, வடக்கு உஸ்மான் சாலை, முதல் மாடி,
(கோடம்பாக்கம் மேம்பாலம் அருகில்)
தியாகராய நகர், சென்னை - 600 017.
☎ : 2834 3385
E-mail: national_publishers@yahoo.com
Website: www.universalpublishers.co.in

● சொந்தச் சிறைகள்

ஆசிரியர் : அப்துல் ரகுமான்
உரிமை © S. வஹிதா
முதற் பதிப்பு - ஜனவரி, 1995
ஐந்தாம் பதிப்பு - ஜூன், 2018
ஆறாம் பதிப்பு : மார்ச் - 2023

வெளியிடுபவர்

எஸ்.எஸ். ஷாஜஹான்
நேஷனல் பப்ளிஷர்ஸ்
2, வடக்கு உஸ்மான் சாலை,
முதல் மாடி, தியாகராயர் நகர், சென்னை-600 017.
தொலைபேசி : 044 - 28343385

அச்சிட்டோர்

நொவினோ ஆப்செட் பிரிண்டிங் கம்பெனி
சென்னை-600 005.

பக்கங்கள் : 160 (கிரவுன்)
விலை : ரூ. **100.00**

ISBN : 978-93-87854-06-2

SONTHACH CHIRAIGAL
Author : **Abdul Rahman**

Copy right © S. Wahida
First Edition - January, 1995
Fifth Edition - June, 2018
Sixth Edition - March, 2023

Publisher :
S.S. Sajahan
National Publishers
2, North Usman Road,
(Near Kodambakkam Overbridge)
T. Nagar, Chennai - 600 017.
℃ : 044 - 28343385

Printed by :
Noveno Offset Printing Company
Chennai - 600 005.

No. of Pages : 160 (Crown)
Price : Rs. 100.00

பக்கம்

முரண்தொடைச் செய்யுள்	5
ரங்கோலி	9
மரம் என்பது உயர் திணை	14
விளக்கை விசாரிக்கும் இருட்டுகள்	18
என் வண்டு முள்ளை மொய்க்கிறது	23
என் அஜந்தா	27
மனிதனைத் தேடி....	30
அயல்நாட்டுச் சீதை	35
எங்கள் வாக்கு எங்களுக்கல்ல	40
ஒரு ஊரில் ஒரு கூஜா	43
பூ யாருக்காக?	49
எச்சில் வீடு	54
தெரு விளக்கு	57
புன்னகைகளின் யாசகன்	61
நூலாட்டம்	64
இருபத்தோராம் நூற்றாண்டை நோக்கி...	69
இரு கட்சிகளின் கதை	73
சொந்தச் சிறைகள்	77
பரிபூரணத்தைத் தேடி....	81
எழுதுகோல்களுக்கு ஓர் அழைப்பு	86
பான்சாய் மனிதர்கள்	89
காகிதப் பூக்கள்	97
கடனாளிகள்	101
சுவரில் ஓர் இதயம்	106
சொல்லதிகாரம்	110
வெண்டளை	116
என் நாடு வேறு	121
அடைப்புக் குறிக்குள்...	125
ஒரு பிருத்விராஜனுக்காக...	128
ஒரே ஒரு ஊரில்...	132
ஒருமைப்பாடு	138
குப்பையைக் கிளறும் சிறகுகள்	144
நிழல்கள்	151
பத்தினிப் பரத்தை	155

பதிப்புரை

'ஜூனியர் விகட'னில் வெளிவந்த கவிஞருடைய கட்டுரைத் தொடரில் அவருடைய சொந்தச் சிந்தனையில் உருவான சொற் சிற்பங்கள் மட்டும் தனியாகத் தொகுக்கப்பட்ட நூல் 'சொந்தச் சிறைகள்.'

'நேஷனல் பப்ளிஷர்ஸ்' வெளியிடும் இந்தப் புதிய பதிப்பில் பல புதிய கட்டுரைகளும், வசன கவிதைகளும் கூடுதலாகச் சேர்க்கப்பட்டுள்ளன.

கவிஞருடைய எல்லா நூல்களும் இனி 'நேஷனல் பப்ளிஷர்ஸி'ன் வாயிலாகத் தொடர்ந்து வெளிவரும்.

நேஷனல் பப்ளிஷர்ஸ்

முரண்தொடைச் செய்யுள்

இந்த உலகத்தில் துன்பம் ஏன் இருக்க வேண்டும் என்று சிலர் கேட்கிறார்கள். இன்பம் இருக்க வேண்டும் என்பதற்காகத்தான்.

துன்பம் என்ற ஒன்று இல்லையென்றால் இன்பம் என்ற ஒன்றை எப்படி அறிவது? இருள் என்ற ஒன்று இல்லையென்றால் வெளிச்சம் என்று எதைச் சொல்வோம்?

இன்பத்தின் சுவை துன்பத்தால் கிடைக்கிறது. வெளிச்சத்தின் மகிழ்ச்சி இருளால் ஏற்படுகிறது.

இந்த உலகம் ஒரு முரண்தொடைச் செய்யுள். அதனால்தான் அது சுவையாக, பயனுடையதாக இருக்கிறது.

இரவும் பகலும் கண்ணாமூச்சி ஆடுகின்றன; நாள் உருவாகிறது.

எதிரும் நேரும் இணைகின்றன; மின்விளக்கு எரிகிறது.

கறுப்பும் வெளுப்பும் கலக்கின்றன; ஓவியம் பிறக்கிறது.

ஆணும் பெண்ணும் சங்கமமாகின்றனர்; வாழ்க்கை தொடங்குகிறது.

எதிர்ப்பதங்கள் அர்த்தச் சலங்கை கட்டி ஆடும் சதிர்ப் பதங்கள். ஒன்றை ஒன்று சொந்தம் கொண்டாடும் எதிரொலிகள். ஒன்றை ஒன்று வெளிச்சப்படுத்தும் பிம்பங்கள். வாழ்க்கையின் ஏறி இறங்கும் மூச்சு ஓட்டங்கள்.

தொடக்கம் என்ற ஒன்று இருந்தால் முடிவு என்று ஒன்று இருக்கும். பிறப்பு என்ற ஒன்று இருந்தால் இறப்பு என்று ஒன்று இருக்கும். விழிப்புக்குச் சக்தி ஊட்டத்தான் உறக்கம். உறக்கத்தைச் சுகமாக்கத்தான் விழிப்பு.

வாழ்க்கையில் ஆர்வம் ஊட்டத்தான் மரணம்.

வசந்தத்தைக் கொண்டாடத்தான் இலையுதிர் காலம். வாலிபத்தை அனுபவிக்கத்தான் வயோதிகம்.

வெயில் இல்லையென்றால் நிழலின் அருமை எப்படித் தெரியும்? வெயிலை மறுப்பவன் நிழலின் சுகத்தை மறுக்கிறான்.

7

நோய்தான் நலத்தின் இன்பத்தை உணர்த்துகிறது.

பிரிவுதான் கூடலின் பரவசத்தை அதிகப் படுத்துகிறது.

பரத்தைதான் பத்தினிக்குப் பெருமையை ஏற்படுத்துகிறாள்.

முட்டாள்தான் அறிஞனை உயர்த்துகிறான்.

கஞ்சன்தான் வள்ளலின் புகழுக்குக் காரணம்.

அடிமைத்தனம்தான் விடுதலையின் ஆனந்தத்தை அறிய உதவுகிறது.

பாவம்தான் புண்ணியம் புரியத் தூண்டுகிறது.

இருள்தான் தாரகைகளைப் பிரகாசப்படுத்துகிறது.
நரகம்தான் சொர்க்கத்தை அர்த்தப்படுத்துகிறது.

முரண்கள் இரட்டைப் பிறவிகள். அவற்றின் உறவு அந்தரங்கமானது. ஒன்றில்லாவிட்டால் மற்றொன்று இல்லை.

அவளைப் பார்க்கிறேன்; இரவினால் செய்த கூந்தல்; பகலினால் செய்த முகம். விழியைப் பார்க்கிறேன்; வெள்ளை வானத்தில் கறுப்பு நிலா! அழகின் ரகசியம் புரிகிறது.

கதவைப் பார்க்கிறேன். திறக்கிறது; மூடுகிறது.

எரியும் மெழுகுவத்தியைப் பார்க்கிறேன்; சிரித்துக்கொண்டே அழுகிறது; சிரிப்பதால் அழுகிறது; அழுவதற்காகச் சிரிக்கிறது.

பூவின் இதழ்களில் பனித் துளியைப் பார்க்கிறேன். கண்ணீரை ஒரு புன்னகை சுமந்து நிற்கிறது.

பாற்கடலைக் கடைகிறார்கள்; ஆலகாலமும் அமுதமும் புறப்படுகின்றன.

நான் ஆலகாலத்தைக் கடைந்தேன்; அமுதம் வந்தது!

11-9-85

ரங்கோலி

உலகம் எதனால் ஆனது என்று என்னைக் கேட்டால் வண்ணங்களால் என்பேன்.

இயற்கைக்கு எப்போதும் ஹோலிதான். இரவும் பகலும் அது வண்ணங்களால் விளையாடுகிறது. சூரியச் செம்பிலிருந்து வண்ண நீரை வாரி அடிக்கிறது.

பூமி சுழன்றுகொண்டேயிருக்கும் ஒரு பிரம்மாண்டமான கலைடாஸ்கோப். அதன் ஒவ்வொரு வண்ணக் கோலத்தையும் நாம் பருவம் என்று அழைக்கிறோம்.

வானவில் வானத்தின் காதல் கடிதம். பூமியின் மீது அதற்குக் காதல் கொப்புளிக்கிற போதெல்லாம் ஏழு வண்ணங்களால் கடிதம் எழுதுகிறது. கடிதத்திற்கே வெட்கம்; அதுவே தலை குனிந்து நிற்கிறது.

மண் வசந்தத்தில் பூப்படைகிற போதெல்லாம் தன் மதன நாணங்களை 'ரங்கோலி'யாக வரைந்து காட்டுகிறது.

ஓவியத்தில் வண்ணம் ஓவியன் சொல்லிக் கொடுத்ததை ஒப்பிக்கிறது. சுதந்திரமாக நின்றால் சுயமாகப் பேசுகிறது; அழகாகப் பேசுகிறது; ஆழமாகப் பேசுகிறது.

சூரியன் வண்ண ஞானி. அதனால்தான் அவன் ஓவியம் வரைவதில்லை. வான வெளியில் அவன் வண்ணங்களை அவிழ்த்து விட்டு விடுகிறான். அவை கூடிக் கும்மாளமிடுகின்றன; காதலித்துக் கொள்கின்றன; திடீரென்று ஊடிக் கொள்கின்றன; பிறகு உருகிக் கலவி செய்கின்றன; குழந்தைகளும் பெற்றுக் கொள்கின்றன.

வண்ணங்கள் ஒளியின் அவதாரம்; கனவுகளின் அரிதாரம்; கற்பனையின் சிருங்காரம்; ஆசைகளின் அலங்காரம்; அழகின் அதிகாரம்.

வண்ணம் ஒரு சர்வதேச மொழி; பள்ளிக்குச் செல்லாதவனும் அதைப் படிக்க முடியும்.

மயிலைப் பார்க்கும்போதெல்லாம் நான் பொறாமைப்படுவதுண்டு. நாம் வாயால் பேச முடியாத பரவசங்களை அது வாலால் பேசிவிடுகிறதே! வண்ணங்களைக் காணத்தான் கண்கள் விரியும். ஆனால் வண்ணங்களே கண்களாக விரியும் அதிசயம் மயிலின் தோகையிடம் அல்லவா இருக்கிறது.

மலர்களில் அமர்ந்த வண்ணத்துப் பூச்சிகளைப் பார்க்கும் போதெல்லாம் யார் யாரை அனுபவிக்கிறார்கள் என்று எனக்குச் சந்தேகம் வருவதுண்டு.

மனிதன் வண்ணங்களால் வாழ்கிறான்; வண்ணங்களுக்காக வாழ்கிறான்.

ஒவ்வொரு மனிதனும் கருப்பையில் வண்ணம் தோய்ந்து வருகிறான். வாழ்க்கையால் அவன் துவைக்கப்படும் போதெல்லாம் சாயம் போகிறான். அனுபவங்கள் மீண்டும் அவனை வண்ணத்தில் தோய்க்கின்றன. இவற்றில் சில கெட்டிச் சாயம். இந்தச் சாயம் தோய்ந்தவன் கிழிந்தாலும் கிழிவானே தவிரச் சாயம் போகமாட்டான்.

பெண் வண்ணமாகவும் தூரிகையாகவும் இருப்பவள்; வண்ணங்களால் வரையப்பட்டவள்; வண்ணங்களை அணிகிறவள்; செல்லும் வழியெல்லாம் வண்ணங்களைத் தெளித்துச் செல்பவள்.

நம் வாழ்க்கைக்கு அவள்தான் வண்ணம் ஊட்டுகிறாள். ஏன்? வண்ணங்களுக்கே அவள்தான் வண்ணம் ஊட்டுகிறாள். அவளை நினைப்பவனும் வண்ணம் தோய்கிறான். அவள் மட்டும் இல்லையென்றால் இந்த உலகம் வெறும் கறுப்பு வெளுப்பாகவே இருந்திருக்கும்.

இந்த உலகத்தில் வந்த ஒவ்வொரு தத்துவவாதியும் ஒவ்வொரு வண்ணத்தைப் பிரச்சாரம் செய்ய வந்தவர்தான். உலகத்தை எல்லாம் தங்கள் வண்ணத்தில் தோய்த்துவிட வேண்டும் என்று அவர்களுக்கு ஆசை.

உலக வரலாறு என்பது வண்ணங்களின் போராட்டம்தான்; ஒவ்வொருவனும் தன் வண்ணமே

உயர்ந்தது என்று நினைப்பதால் விளையும் பேராட்டம்; தன் வண்ணத்தைப் பிறர் மீதும் பூச முயலுவதால் விளையும் போராட்டம்.

மனிதன் தன் உணர்வு அனுபவங்களால் வண்ணங்களுக்கு ஓர் அகராதி தயாரித்துக் கொள்கிறான். ஆனால் அந்த அகராதியில் அர்த்தங்கள் நிரந்தரமானவை அல்ல; சமயத்திற்கேற்ப மாறிக்கொள்ளும் — அவனைப் போலவே.

தோலில் கறுப்பு என்றால் அழகில்லை என்பான்; கரு விழிகளையோ கவிதை என்பான்.

கருமை என்றால் துக்கத்தின் குறியீடு என்பான்; பள்ளியறையின் இருட்டை இனிமை என்பான்.

சிவப்பு ஆபத்தின் சின்னம் என்பான்; கன்னத்தின் நாணச் சிவப்பைக் காதலின் கையெழுத்து என்பான்.

சிவப்பு விளக்கு ஓர் இடத்தில் அவனுக்குத் தடுப்பு; ஓர் இடத்தில் அழைப்பு.

மஞ்சளை மங்கலம் என்பான்; மஞ்சள் காமாலை என்றால் மருத்துவம் செய்ய ஓடுவான்.

மணச் செய்திப் பத்திரிகைக்கு அவனே மஞ்சள் தடவுவான்; அம்மணச் செய்திப் பத்திரிகையை மஞ்சள் பத்திரிகை என்று திட்டுவான்.

புல்லை பூமியின் பச்சை ஆடை என்று பாராட்டுவான்; ஆடை அவிழ்க்கும் எழுத்தை 'பச்சை' என்று அருவருப்பான்.

ஆகாயத்தையும் கடலையும் காட்டி, நீலம் காப்பின் நிறம் என்பான்; உடலில் நீலம் பாய்ந்துவிட்டால் ஒப்பாரி வைப்பான்.

மனிதர்களில் சிலர் பொம்மைகள்; பூசப்படுகின்ற வண்ணத்தை அவர்கள் பேசாமல் ஏற்றுக் கொள்வார்கள்.

சிலர் தங்கள் உண்மையான வண்ணத்தை மறைத்துக் கொண்டு, உலகத்தை ஏமாற்ற மேலே வேறொரு வண்ணத்தைப் பூசிக் கொள்வார்கள்.

சிலர் பச்சோந்திகள். அவர்களிடம் எல்லா வண்ணங்களும் இருக்கும். எப்பொழுது எந்த வண்ணம் ஆதாயம் தருமோ அந்த வண்ணத்தைக் காட்டிக் கொள்வார்கள்.

மனிதனால் வண்ணங்களை இழந்துவிட்டு வாழவே முடியாது.

23-10-85

மரம் என்பது உயர் திணை

சாலையில் நடக்கிறேன். இருபுறமும் மரங்கள். மலர் சொரிந்து என் பயணத்தை ஆசீர்வதிக்கும் மரங்கள். வெயிலுக்குக் குடை பிடிக்கும் மரங்கள். நான் களைப்படையும் போதெல்லாம் தாய்ப் பாசத்தோடு தங்கள் மடியில் என்னை ஆசுவாசப்படுத்தும் மரங்கள்.

நன்றி என் கண்களில் சுரக்கிறது.

மனிதனின் வாழ்க்கைப் பாதையைப் பார்க்கிறேன். அங்கும் வரிசையாக மரங்கள்.

அவன் குழந்தைப் பருவத்தில் தொட்டிலாகி, நடை பழகும் பருவத்தில் நடை வண்டியாகி, பள்ளிப் பருவத்தில் ஏடுகளாகி, மணப் பருவத்தில் கட்டிலாகி, கிழப் பருவத்தில் ஊன்றுகோலாகி, இறந்த பிறகும் பாடையாகி, சிதையிலும் உடன்கட்டை ஏறி அவன் சாம்பலோடு சாம்பலாகிக் கலந்து — மனிதனுக்காகவே தங்களை முற்றிலும் அர்ப்பணம் செய்யும் மரங்கள்.

மனிதனின் தாகத்திற்கு பானம் தந்து, பசிக்கு உணவூட்டி, உடுத்த உடையாகி, வசிக்க வீடாகி, நோய்க்கு மருந்தாகி, அவன் பயணத்திற்குச் சக்கரங்களாகி, அவன் வேலைகளில் கைகளுக்குக் கைகளாகி, அவன் சுவாசத்திற்காகக் காற்றைச் சலித்துக் கொடுத்து, அவனுக்காக மேகங்களைக் கெஞ்சிப் பிச்சை கேட்டு — ஓ! மரங்கள் மட்டும் இல்லையென்றால் மனிதன் வாழ்ந்திருப்பானா?

சரித்திரச் சாலையைப் பார்க்கிறேன். அங்கும் மரங்கள்.

அதோ! போதி மரங்கள்; பாவ வெயில் மறைக்கும் அறக் குடைகள்.

அதோ! காவல் மரங்கள்; ஊர்ப் பொதுமன்ற மரங்கள்; பொருட்பாலின் அத்தாணி மண்டபங்கள்.

அதோ! வசந்த மரங்கள்; மன்மதனின் அம்பறாத் தூணிகள்; வாலிபங்கள் பள்ளியறைப் பாடம் கற்கும் பள்ளியறைகள்.

அதோ! கல்லால மரங்கள்; வீட்டு நெறிக்குக் கைகாட்டும் மரங்கள்.

மனிதனைப் பார்க்கிறேன். அவன் மரத்திலிருந்தே கோடரிக் காம்பு செய்து கொண்டிருக்கிறான். தருகின்ற தருக்களின் தயவில் வாழ்ந்தாலும் மனிதன் நன்றி கெட்டவனாகவே இருக்கிறான்.

மனிதனை 'மரமே!' என்றால் கோபித்துக் கொள்கிறான். நானோ மரத்தை வசவாக்கியவனைக் கோபிக்கிறேன். மரம் என்பது வசவா?

மனிதன் மரமாக முடியுமா? மனிதனுக்கும் மரத்துக்கும் எவ்வளவு வேறுபாடுகள்!

மண் மனிதனுக்குப் புதை குழி; மரத்துக்கோ கருவறை.

மனிதன் தன்னை மண்ணின் மைந்தன் என்று வெட்கமில்லாமல் சொல்லிக் கொள்கிறான். உண்மையில் மண்ணின் மைந்தர்கள் மரங்களே; மனிதர்கள் அல்லர்.

பிறந்த இடத்தில் பற்று வைத்து வரவு வைப்பவை மரங்கள். மனிதன் பிறந்த இடத்தைச் செலவு செய்கிறவன்.

மரங்கள் சாய்ந்தால் காட்டிலிருந்து வீட்டுக்கு வரும். மனிதன் சாய்ந்தால் வீட்டிலிருந்து காட்டுக்குப் போகிறான்.

மரம் புழுதியில் பூக்களையும், கழிநீரில் கனிகளையும் செய்கிறது. மனிதன் பூக்களில் புழுதியையும், கனிகளில் கழிநீரையும் செய்கிறான்.

மனிதர்களுக்கு ஒரே ஒரு சிபி; ஒரே ஒரு சீதக்காதி. மரங்களில் எல்லாமே சிபிகள்; எல்லாமே சீதக்காதிகள்.

மரம் கொடுப்பதற்காகவே கைகளை நீட்டுகிறது; மனிதன் வாங்குவதற்காகக் கைகளை நீட்டுகிறான்.

மரம் அத்தனை கைகளாலும் கொடுக்கிறது. மனிதன் வலக் கையால் கொடுப்பதை இடக் கையால் வாங்கிக் கொள்கிறான்.

மரம் வானத்தை நோக்கியே வளர்கிறது; மனிதன் புழுதியிலேயே புரளுகிறான்.

மரமாகத்தான் முடியவில்லை; மரங்களைப் படைக்கவாவது மனிதனுக்குத் தெரிகிறதா?

இதோ! அவன் படைத்த மரங்கள்; தூக்கு மரங்கள், சிலுவை மரங்கள், கழு மரங்கள், கொடி மரங்கள். அத்தனையும் மாமிச பட்சிணி மரங்கள்; மலர்களைத் தின்று முட்களை உற்பத்தி செய்யும் மரங்கள்; வெயிலை விநியோகிக்கும் மரங்கள்.

இந்த அழகில் மனிதன் உயர்திணையாம்; மரம் அஃறிணையாம். சரிதானா?

4-12-85

விளக்கை விசாரிக்கும் இருட்டுகள்

விசாரணைக் கூண்டில் நின்று கொண்டிருந்தது விளக்கு. விசாரணை தொடங்கியது.

"உன் மீது குற்றம் சுமத்தப்படுகிறது."

"என்ன குற்றம்?"

"போராடிய குற்றம்."

"என் வேலையே அதுதான்; இருட்டோடு போராடுவது. இப்போதும் அதைத்தான் செய்து கொண்டிருக்கிறேன்."

"நீ இருக்க வேண்டிய இடம் அறை; வீதியல்ல."

"வீதிக்கு நான் வரவில்லை; வரவழைக்கப் பட்டிருக்கிறேன்."

"நீ நடந்து கொள்கிற முறை சரியில்லை."

"இதை நானும் விரும்பவில்லை. இந்த நிலைக்கு என்னைக் கொண்டு வந்தது யார்? நீங்கள்தானே. என் குறையை எத்தனையோ வழிகளில் சொல்லிப் பார்த்தேன். உங்கள் காதுகளுக்கு எட்டவில்லை. உங்களுக்குப் புரிகிற பாஷை ஒரே ஒரு பாஷைதான். வேறு வழியின்றி அந்த பாஷையில் பேச நான் கட்டாயப்படுத்தப் பட்டிருக்கிறேன்."

"இதனால் உன் மூலம் வெளிச்சம் பெற வேண்டிய கண்களுக்கு ஏற்படும் பாதிப்பைப் பற்றி நினைத்துப் பார்த்தாயா?"

"நான் கண்களுக்காகவே இருப்பவன். இப்போது நான் போராடுவது அவர்களுக்கும் சேர்த்துத்தான். கண்களுக்காக இப்போது நீங்கள் காட்டும் அக்கறை போலியானது. உங்களைப் பற்றி எனக்குத் தெரியாதா? வேண்டியபோதெல்லாம் உங்கள் கூத்துக்களைப் பார்க்கக் கண்களை நீங்கள் கவர்ந்து அழைத்துச் சென்றிருக்கிறீர்கள். பலவிதமான தூக்கங்களைக் கற்றுக் கொடுத்திருக்கிறீர்கள். மை என்று ஏமாற்றி இருட்டைத் தீட்டியிருக்கிறீர்கள். வெளிச்சத்தின் நிறம் கறுப்பு என்று சொல்லிக் கொடுத்திருக்கிறீர்கள். வெளியிலிருந்து தூசியைக் கொண்டு வந்து தூவியிருக்கிறீர்கள். உங்கள் நிறக் கண்ணாடிகளை அணிவித்திருக்கிறீர்கள். மஞ்சள் காமாலையைக் கொடுத்திருக்கிறீர்கள். சில கண்களுக்குக் கிட்டப் பார்வையும் சில கண்களுக்குத் தூரத்துப் பார்வையும் தந்திருக்கிறீர்கள். அந்தக் கண்கள் உங்களை முறைத்தபோதெல்லாம், உங்களுக்கு பயம்

ஏற்பட்டபோதெல்லாம் கறுப்புத் துணியால் இறுகக் கட்டிப் போட்டிருக்கிறீர்கள். அப்போதெல்லாம் கண்கள் அடைந்த பாதிப்பைப் பற்றி நீங்கள் கவலைப்பட்டதுண்டா? இப்போது நீங்கள் வடிப்பது முதலைக் கண்ணீர். இப்போது கூட உண்மையிலேயே உங்களுக்குக் கண்கள் மீது அக்கறை இருந்தால் என் கோரிக்கையை நிறைவேற்றலாமே."

"உன் கோரிக்கை நியாயமற்றது."

"நான் என்ன தங்கத் தகழி கேட்டேனா? இல்லை, பட்டுத் திரி கேட்டேனா? எண்ணெய் கேட்கிறேன்; எரிவதற்காக. சிம்னி கேட்கிறேன்; காற்றில் அணையாமல் இருப்பதற்காக."

"நீ கேட்பதெல்லாம் கொடுப்பதற்கு இங்கென்ன கொட்டியா கிடக்கிறது?"

"கொட்டுவதையெல்லாம்தான் நீங்கள் வாரிக் கொள்கிறீர்களே. உங்கள் விளம்பர விளக்குகளுக்குச் செலவு செய்வீர்கள். அலங்கார விளக்குகளுக்கு அள்ளி வீசுவீர்கள். நான் எண்ணெய் கேட்டால் மட்டும் எரிகிறது உங்களுக்கு. அதையும் எனக்காகவா கேட்கிறேன். இல்லை; எரிவதற்காக; வெளிச்சம் தருவதற்காக; எல்லோருக்கும்; உங்களுக்கும் சேர்த்துத்தான்"

"உன் வேலையைச் சரிவரச் செய்வதில்லை நீ."

"இதை நீங்களா சொல்கிறீர்கள். என் வேலையைச் செய்ய விடாமல் என்னை அலைக்கழித்தது நீங்களில்லையா? உங்களுக்கு வேண்டிய போதெல்லாம் பூச்சிகளைப் பிடித்து வரப் போகச் சொன்னது யார்? அடுப்புப் பற்ற வைக்க அனுப்பியது யார்? சுருட்டைப் பற்ற வைக்க என்னைப்

பயன்படுத்திக் கொண்டது யார்? நீங்கள்தானே! இப்பொழுது நீங்களா கேட்கிறீர்கள், என் வேலையைச் சரிவரச் செய்யவில்லையென்று?''

''நன்றி கெட்டவன் நீ.''

''இந்த வார்த்தையைச் சொல்ல வேண்டியவன் நான்; நீங்களில்லை.''

''நீ செய்வது வேலையல்ல; சேவை.''

''ஒஹோ! சேவையை வியாபாரமாக்கிக் கொண்ட நீங்களா இதைச் சொல்கிறீர்கள்? சேவை என்று சொல்லி எத்தனை நாளைக்கு என் தேவைகளை மறுத்துக் கொண்டிருப்பீர்கள்? சேவை செய்கிறவனுக்குரிய கௌரவத்தை எப்போதாவது எனக்கு நீங்கள் தந்ததுண்டா? எங்கள் தினத்தை நாங்களே கொண்டாடிக் கொள்கிற நாடல்லவா இந்த நாடு.''

''உன் திமிரை ஒடுக்குவதற்குப் புதிய விளக்குகளைக் கொண்டு வரப் போகிறோம்.''

''பாவம் அந்த விளக்குகள். அவற்றிற்கு மட்டும் என்ன செய்து கிழித்துவிடப் போகிறீர்கள். அவற்றின் எண்ணெயையும் திருடி விற்பீர்கள். அந்த விளக்குகள் நாளை போராடும்.''

''வெளிச்சம் மட்டும் தரவேண்டிய நாக்கு பேசுகிறது. இது ஆபத்து.''

''ஆமாம். இருட்டுக்கு ஆபத்து. அதனால்தான் நீங்கள் பயப்படுகிறீர்கள்.''

''உனக்குச் சிறைத் தண்டனை விதிக்கிறோம்.''

"விளக்குக்குச் சிறை; இருட்டுக்குச் சுதந்திரம். உங்களிடமிருந்து வேறென்ன எதிர்பார்க்க முடியும்?"

தீபம் சிறையில் அடைக்கப்படுகிறது. அன்று தீபாவளி.

(2.12.85 அன்று ஆசிரியர் போராட்ட மறியலில் ஈடுபட்டுக் கைதாகி வாணியம்பாடி காவல் நிலையச் சிறையிலிருந்த போது எழுதியது)

என் வண்டு முள்ளை மோய்க்கிறது

ரோஜாவில் முள் இருக்கிறதே என்று ஒருவன் வருந்தினான்.

முள்ளில் ரோஜா இருக்கிறதே என்று ஒருவன் மகிழ்ந்தான்.

நானோ, ரோஜாவும் முள்ளும் சகோதரர்களாக இருக்கிறார்களே என்று வியந்தேன்.

செடியின் கோபம் முள்ளானது; மன்னிப்பு மலரானது.

முள் ஆண். மலர் பெண்.

முள் ரோஜாவின் மெய்க்காப்பாளனா? அப்படித் தெரியவில்லை. அதோ! வண்டு எந்த எதிர்ப்பும் இன்றி ரோஜாவை முத்தமிட்டுக் குலாவுகிறதே!

ஒருநாள் பார்த்தேன். முள் மட்டும் இருந்தது. ரோஜா இல்லை.

முள் எதற்குக் காவல்? புரிகிறது. தனக்குத்தான். அங்கங்கே நிற்கும் கோட்டைகள் நினைவுக்கு வந்தன. அரசன் இல்லை; அரசி இல்லை; வெறுங் கோட்டைகள்.

வசந்தத்தின் நாணம் போல் ரோஜாக்களின் பூப்பு. புல்புல் பறவை பாடுகிறது. ரோஜாவைப் பாடுகிறது என்று எல்லோரும் சொல்லுகிறார்கள்.

ஆனால் எனக்குத் தெரியும். புல்புல் ரோஜாவைப் பாடவில்லை; முள்ளைத்தான் பாடுகிறது. ரோஜாப் பாட்டு இவ்வளவு ஆழமாக இதயத்தில் தைக்காது.

முள் தைக்காமலேயே ரோஜாவில் எப்படி வந்தது ரத்தம்?

ஆயுதமும் அழகான காயமும் எப்படிச் சேர்ந்தே பிறந்தன?

☆

அவள் முதல் பார்வை வீசினாள்; முள் தைத்தது. மறு பார்வை வீசினாள்; மலர் விழுந்தது.

அவள் அதிசயமானவள். முள்ளை மலரால் எடுத்துவிட்டாள்.

அந்த முள்ளும் அதிசயமானது. அதில் தேன் இருந்தது.

☆

இளவேனில் பட்டறையில் மன்மதனைப் பார்த்தேன். அவன் பூக்களை முட்களாக வடித்துக் கொண்டிருந்தான்.

☆

சகுந்தலையின் காலில் முள் தைத்தது. முள்ளை எடுத்தபடி அவள் துஷ்யந்தனைப் பார்த்தாள். துஷ்யந்தனின் இதயத்தில் மலர் தைத்தது.

☆

மலர் மகுடம் சூடியவர்களைத் தேடினேன்; காணவில்லை. மகுடங்களோடு அவர்களும் வாடி உதிர்ந்துவிட்டனர்.

முள் மகுடம் சூடியவர்களோ மகுடத்தைப் போலவே வாடாமல் இருந்தனர்.

☆

முள்ளுக்குத்தான் எத்தனை அவதாரங்கள்!

அதோ! ஒரு முள் பாடிக்கொண்டிருக்கிறது இசைத் தட்டில்.

இதோ! ஒரு முள் பூக்களை மலர்த்திக் கொண்டிருக்கிறது — என் எழுதுகோலில்.

அதோ! ஒரு முள் தீர்ப்புரைத்துக்கொண்டிருக்கிறது — துலாக்கோலில்.

இதோ! இரண்டு முட்கள் நடந்துகொண்டிருக்கின்றன; காலத்தின் பாதங்களாக — கடிகாரத்தில்.

முன்பெல்லாம் மலர்களால் காயம் பட்டுக்கொண்டிருந்தேன். இப்பொழுதோ, முட்களால் மலர்ந்து கொண்டிருக்கிறேன்.

18-12-85

என் அஜந்தா

என் அஜந்தாக் குகைக்குள் நுழைகிறேன். நான் வரைந்த ஓவியங்களும் என்னை வரைந்த ஓவியங்களும் இருட்டில் மின்னலிடுகின்றன.

தாரகைகளைப் பறித்துக் காம்புகளில் செருகி வைக்கிறேன். பூக்களைக் கொய்து வானத்தில் பதித்து வைக்கிறேன். மேகம் ஆனந்தக் கண்ணீர் வடிக்கிறது.

அவள் கண் கடல்போல் விரிகிறது. முத்துக் குளிப்பதற்காக நான் மூழ்குகிறேன். மூச்சுத் திணறிச் செத்து மிதக்கிறேன்.

நான் கண்ணீர் வடிக்கிறேன். அவள் ஒவ்வொரு கண்ணீர்த் துளியையும் தன் உண்டியலில் இட்டுச் சேமிக்கிறாள்.

நீல ஏட்டில் பிறை இறகு ஒவ்வொரு எழுத்தாக எழுதிச் செல்கிறது. நட்சத்திரங்கள். நான் ஒவ்வொன்றாக எடுத்து வாக்கியங்களாகத் தொடுக்கிறேன்.

சிலர் மனிதனை மண்ணில் நட்டுக்கொண்டிருக் கிறார்கள்; சிலர் உரம் தூவிக்கொண்டிருக்கிறார்கள்; சிலர் எச்சிலைப் பாய்ச்சிக்கொண்டிருக்கிறார்கள்.

வழிப்போக்கனை வழிகாட்டி மரம் பிடித்துத் தின்று கொண்டிருந்தது.

காந்தி அடிகள் நடந்து போகிறார். அவர் காலடிச் சுவடுகளில் ரத்தம் நிறைகிறது.

விசுவாமித்திரன் மேனகைக்காகவே தவம் செய்து கொண்டிருக்கிறான்.

கைவிடப்பட்ட ஒரு மும்தாஜின் பிணம் யமுனையின் அக்கரையில் கிடக்கிறது. வந்து மொய்க்கும் இரக்கமுள்ள கற்களால் ஒரு கறுப்புத் தாஜ்மஹால் உருவாகிறது.

சுவரில் ஒட்டிக்கொண்டிருக்கும் ஓர் அரசியல் தலைவனை மாடு தின்றுகொண்டிருக்கிறது.

ஒருவன் என் முகவரியைக் கேட்கிறான்; நான் அவனுடைய இதயத்தைச் சுட்டிக் காட்டுகிறேன்.

ஏழை கண்ணீர் வடித்துக்கொண்டிருக்கிறான். ஓர் எழுத்தாளன் அதைத் தன் பேனாவில் நிரப்பிக் கொண்டிருக்கிறான்.

வெயிலில் வெளிறி, மழையில் சாயம் போய், நாட்களின் நகத்தால் கிழிந்து, கந்தலாய்க் குப்பையில் கிடக்கிறது தேசியக் கொடி. நான் பரிவோடு எடுத்துக் கம்பத்தில் ஏற்றி வைக்கிறேன்.

என் கனவில் அவள் வருகிறாள். "என்ன வழிதவறி வந்து விட்டாயா?" என்று நான் வியப்போடு கேட்கிறேன்.

நான் குகையை விட்டு வெளியே வருகிறேன்.

மறுபடியும் உள்ளே செல்லும் போது அந்த ஓவியங்கள் வண்ணம் பூசிக் கண் திறந்து உயிர் பெற்றிருக்கும்.

புதிய ஓவியங்களுக்கான வரை கோடுகள் தோன்றியிருக்கும்.

மனிதனைத் தேடி...

கடைத்தெரு; பட்டப்பகல்; கையில் விளக்கை ஏந்தி எதையோ தேடிக்கொண்டு செல்கிறான் கிரேக்கஞானி டயோஜினஸ்.

வழிப்போக்கன் ஒருவன், ''எதைத் தேடுகிறாய்?'' என்று கேட்கிறான்.

டயோஜினஸ் கூறிய பதில்: "மனிதனை!"

எப்பொழுது நினைத்தாலும் நீடித்த அதிர்வுகளை உண்டாக்கும் நிகழ்ச்சி.

டயோஜினஸ் மனிதனைத் தேடிய முறை விசித்திரமானதுதான். தேடப்படுகிறவனும் விசித்திரமானவன்தானே!

அலெக்ஸிஸ் கரோல்தான் கூறினார்:

மனிதன் எதை எதையோ கண்டுபிடித்து விட்டான்; அவன் கண்டுபிடிக்காதது அவனைத்தான்.

எத்தனை முறை கேட்டிருக்கிறோம்; மனிதனையே பார்த்து "நீ ஒரு மனிதனா?" என்று கேட்கப்படுவதை. எவ்வளவு அர்த்தமுடைய கேள்வி!

மனிதன் யார்?

ஒவ்வொருவரிடமும் ஒவ்வொரு தயாரிப்பு விடை இருக்கிறது. மனிதன் ஒரு விடைக்குள் அடங்குவானா?

பிரச்சினை என்ன என்றால் மனிதன் விடையிலும் இல்லை; விடையாகவும் இல்லை; வினாவாக இருக்கிறான்.

சமயம், சித்தாந்தம், கொள்கை, கோட்பாடு, ஒழுக்கம், இலட்சியம், அறிவுரை, ஆலோசனை என்று மனிதனைச் செதுக்குவதற்குத்தான் எத்தனை உளிகள்!

அவனைச் செதுக்குவதாக நினைத்துக்கொண்டு சிதைக்கின்ற உளிகள்தான் எத்தனை!

செதுக்கப்படுபவன்தான் மனிதனா? பேர்த்து எறியப்படும் சில்லுகளில் அவன் இருக்க மாட்டானா?

மனிதனைப் பற்றிய தத்துவங்கள் ஓவியங்களே;

கண்ணாடிகளல்ல. அவனை முழுமையாகக் காட்டக் கண்ணாடிகளாலும் முடியாது.

கண்களும் அவனைப் பார்க்க முடியாது.

அவன் நாலாபுறமும் தெரிவானா? அவனை ஊடுருவிப் பார்க்க முடியுமா?

மனிதன் தன்னைப் பிறருக்கு அறிமுகம் செய்கிறபோது தன்னை மறைத்துக் கொள்கிறான்.

அவனுக்குப் பல முகங்கள். ஒவ்வோர் இடத்தில், ஒவ்வொரு நேரத்தில் ஏதாவதொரு முகத்தைத் தன் முகமாக நினைத்துக் கொள்கிறான்.

அவன் மூலமுகம் எப்போதாவது தெரிந்தால் அதிர்ச்சி அடைகிறான்; அந்நியமாக நினைக்கிறான்; அதை மறைக்கப் பார்க்கிறான்.

மனிதனைக் கண்டுபிடிப்பது சிரமமாக இருப்பதற்குக் காரணம் எல்லோரும் மனிதனைப் போலவே இருப்பதுதான்.

மனிதன் எதில் இருக்கிறான்? வெளிச்சத்திலா? இருட்டிலா? — அழகிலா? அவலட்சணத்திலா? — கண்ணீரிலா? புன்னகையிலா? — காதலிலா? காமத்திலா? — அமிர்தத்திலா? நஞ்சிலா? — பூவிலா? முள்ளிலா? — எடுப்பதிலா? — கொடுப்பதிலா? — ஆண்மையிலா? பெண்மையிலா? — நிர்வாணத்திலா? ஒப்பனையிலா? அல்லது இவை எல்லாவற்றிலும் துண்டு துண்டாகச் சிதறிக் கிடக்கிறானா?

வானத்தில், பூமியில், கடலில் மனிதன் காலாகாலமாகத் தேடிக்கொண்டிருக்கிறானே எதை? அவனைத்தானா? அப்படி என்றால் அவன் எப்போது தன்னைத் தொலைத்தான்?

அல்லது தன்னைப் பார்ப்பதற்கு பயந்து அவன் வெளியே அலைகிறானா? அவனைவிட்டே அவன் ஓட விரும்புகிறானா?

பிறரைப் பார்த்து, "நீ யார்?" என்று கேட்கிறானே, "நான் யார்?" என்று கேட்பதற்கு பயந்து போய்த்தான் அப்படிக் கேட்கிறானா?

அவன் பெயர்களெல்லாம் புனைபெயர்களே; முகவரிகள் எல்லாம் மேற்பார்வை முகவரிகளே. அதனால்தான் அவனை அழைக்க முடியவில்லை; அவனுக்குக் கடிதம் எழுத முடிவதில்லை.

மர்மமாக இருப்பதால்தான் மனிதன் சுவாரஸ்யமாக இருக்கிறானா?

டயோஜினஸ் நிகழ்ச்சியை நினைத்துப் பார்க்கிறேன். அதைப் பலவிதமாக எழுதிப் பார்க்கலாம் போல் தோன்றுகிறது.

சுழற்றிச் சுழற்றிப் பார்க்கும் கலைடாஸ்கோப் போல் அதில்தான் எத்தனை அற்புதமான, விதவிதமான கோலங்கள்!

வழிப்போக்கன்:
எதைத் தேடுகிறாய்?

டயோஜினஸ்:
மனிதனை!

வழிப்போக்கன்:
அப்படியென்றால் நீ யார்?

வழிப்போக்கன்:
கடைத் தெருவிலா மனிதனைத் தேடுகிறாய்? சரியான இடம்தான். ஏனென்றால் இங்கேதான் அவன் தன்னை விற்றுக் கொண்டான்.

வழிப்போக்கன்:
சூரிய வெளிச்சத்திலேயே தெரியாதவன், உன் சுடர் விளக்கிலா தெரிவான்?

வழிப்போக்கன்:
வெளிச்சத்தில் வேடதாரிகள்தான் கிடைப்பார்கள். இருட்டில் தேடிப்பார். அவன் அகப்படுவான்.

வழிப்போக்கன்:
அவனைக் கண்டுபிடிப்பது அப்புறம் இருக்கட்டும். முதலில் அவனைக் காட்டக் கூடிய விளக்கைக் கண்டுபிடி.

வழிப்போக்கன்:
வெளியே தேடுகிறாயே! உள்ளே தேடிப்பார், கிடைப்பான்.

வழிப்போக்கன்:
மனிதனைத் தேடுகிறாயா? எப்போது தொலைத்தாய்?

20-6-84

அயல்நாட்டுச் சீதை

இலக்குவன்:
அண்ணா! இந்தக் கடல் நீரில் அண்ணியின் கண்ணீரை உங்களால் காண முடியவில்லையா? உள்ளத்தை உலுக்கும் இதன் ஓலத்தில் அண்ணியின் அழுகையை நீங்கள் கேட்கவில்லையா? நம் காலில் விழுந்து கெஞ்சிக் கதறும் அலைகளின் முறையீட்டை நீங்கள் உணர முடியவில்லையா?

இராமன்:
கண்ணும் காதும் எனக்கு உண்டு.

இலக்குவன்:
பின் ஏன் சும்மா இருக்கிறீர்கள்? மராமரத்தையும் வாலியின் உரத்தையும் துளைத்துச் சல்லடையாக்கிய உங்கள் கணை உறங்கிவிட்டதா?

இராமன்:
இதில் நான் தலையிட முடியாது; இது அயல்நாட்டுப் பிரச்சினை.

இலக்குவன்:
உங்களை நம்பி வந்தவள் — உங்களோடு பிரிக்க முடியாத சம்பந்தம் உடையவள் — அவளுடைய பிரச்சினையையா அயல்நாட்டுப் பிரச்சினை என்கிறீர்கள்?

இராமன்:
நீ இறந்த காலத்தைப் பற்றிப் பேசுகிறாய். சீதை இப்போது இலங்கையின் பிரஜை.

இலக்குவன்:
இராமனுடைய வாயில் இராவணனுடைய வார்த்தை. இலங்கையின் பிரஜை என்பதற்கும் இராவணனுடைய பிரஜை என்பதற்கும் வேறுபாடு உண்டு அண்ணா! பிரஜையைப் பெண்டாள நினைப்பதுதான் அரச பரிபாலனமோ? அயல்நாட்டுப் பிரச்சினை என்றே வைத்துக்கொள்வோம். கிஷ்கிந்தை விவகாரத்தில் நாம் தலையிடவில்லையா? அதுவும் அயல்நாட்டுப் பிரச்சினைதானே?

இராமன்:
வாலி விவகாரத்தில் நான் நேரடியாகத் தலையிடவில்லை; மறைமுகமாக இருந்துதான் என் அம்பை ஏவினேன். உனக்கே தெரியும்.

இலக்குவன்:
அந்த அம்புக்கு இப்போது நாணம் வந்துவிட்டதா?

இராமன்:
இப்போது நிலைமை வேறு. சிருங்கிபேரம், கிஷ்கிந்தை, வீடணன் மூலமாக இலங்கை இவையெல்லாம்

இப்போது என் தலைமையை ஏற்றிருக்கின்றன. இந்தப் 'பொதுநலக் குழு'வுக்கு நான் தலைவன். சீதைக்காக நான் போரிட்டால் இந்தத் தலைமைப் பதவியின் மரியாதை என்னாவது?

இலக்குவன்:
அண்ணா! நீங்களா இப்படிப் பேசுகிறீர்கள்? அண்ணியின் மானத்தைப் புதைத்த சமாதி மேடையையா நீங்கள் சிம்மாசனமாக்க விரும்புகிறீர்கள்? அண்ணா! இராவணன் கொடுமைக்கு ஆளாகித் துடிக்கும் தங்கள் குலக்கொடியின் கண்ணீரைப் பார்த்து மிதிலை கொந்தளித்துக் கொண்டிருக்கிறது. அண்ணியைக் காப்பாற்றும் பொறுப்பை நாம் தட்டிக் கழிக்கிறோம் என்று அவர்கள் கோபப்படுகிறார்கள்.

இராமன்:
இந்தப் பிரச்சினையில் நாம் உணர்ச்சி வசப்படக் கூடாது. இலங்கை இராவணனுடைய நாடு. அவனுடைய ஆதிபத்திய உரிமையை நாம் மதித்தாக வேண்டும்.

இலக்குவன்:
அண்ணியின் மீது அவனுக்கேது ஆதிபத்திய உரிமை? யாராவது கொடுத்தார்களா? அவனாக எடுத்துக் கொண்டதுதானே? கொள்ளையனுக்கு அரசியலில் மட்டும் சிம்மாசனமா? கல்லாய்க் கிடந்த அகலிகைக்குக் கருணை காட்டினீர்கள்; அநியாயமாக நாடு விட்டுத் துரத்தப்பட்ட சுக்கிரீவனுக்கு ஆதரவு காட்டினீர்கள்; நெருங்கிய உறவுடைய சீதையின் விஷயத்தில் மட்டும் ஏன் இந்தப் பாரபட்சம்?

இராமன்:
அதுதான் இராவணனிடம் அனுமனைத் தூது அனுப்பினேனே போதாதா?

இலக்குவன்:
அதனால் என்ன பயன் ஏற்பட்டது? அனுமன் வாலைச் சுட்டுக்கொண்டு வந்தான். அவ்வளவுதானே!

இராமன்:
இல்லை. சீதையின் விஷயமாக அவர்கள் 'வட்ட'மாக உட்கார்ந்து பேசச் சம்மதித்திருக்கிறார்கள். இது வெற்றியில்லையா?

இலக்குவன்:
யாருக்கு வெற்றி? என்ன பேச்சுவார்த்தை? இராவணனுடன் சீதை எப்படிச் சேர்ந்து வாழவேண்டும் என்பதை ஆராய்வதற்கா பேச்சு? இதென்ன கேவலம். அண்ணியை எப்படி விடுவிப்பது என்பதுதான் இப்போதுள்ள பிரச்சினை.

இராமன்:
இதற்கு அரசியல் தீர்வுதான் காண முடியும். வீடணனும் அதைத்தான் சொல்லுகின்றான்.

இலக்குவன்:
இராவணனுக்கு எதிராக வீடணனும் கும்பகருணனும் இணைந்து போராடியிருந்தால் இந்த நிலை ஏற்பட்டிருக்காது.

இராமன்:
அவர்கள் சேர்ந்து போராட மாட்டார்கள்; அவர்கள் வழி வெவ்வேறு. வீடணன் என்னுடைய உதவியை நாடி இங்கே வந்திருக்கிறான். கும்பகருணன் இராவணனை விட்டு விலக மாட்டான். 'செஞ்சோற்றுக் கடன்'. மறுபடியும் சொல்கிறேன். இந்தப் பிரச்சினைக்கு அரசியல் தீர்வுதான் காண முடியும்.

இலக்குவன்:

விடுதலையும் அரசியல் தீர்வுதான். அண்ணா! வில்லை முறித்து அண்ணியைத் திருமணம் முடித்தீர்கள். அதன் பொருள் எனக்கு இப்போதுதான் விளங்குகிறது. இதோ! இப்போது கையில் பிடித்திருக்கிறீர்களே இந்த வில் வானவில்லைப் போல் வெறுமே அழகாக இருக்கிறது. சூரிய வம்சமே! உனக்காக நான் கண்ணீர் வடிக்கிறேன். சந்திரனுக்குத்தான் களங்கம் உண்டு. சூரியனே! உன்னிடம் எப்படிக் களங்கம் வந்தது?

(பெருமூச்சு விட்டபடி இலக்குவன் தனியாக நடந்து போகிறான். ஒரு சிற்றணில் தனியாகச் சிறுசிறு கற்களை உருட்டிக் கடலில் போட்டுக்கொண்டிருக்கிறது. அதன் முதுகை அவன் பரிதாபத்தோடு தடவிக் கொடுக்கிறான்.)

இலக்குவன்:

காற்றே! என் அண்ணியிடம் போய்ச் சொல். தேடித் தவிக்கும் அவள் கண்களில் கண்ணீர் வழிய வேண்டாம்; கனற் பொறிகள் சிதறட்டும். அந்தக் கோப நெருப்பில் இராவணனும் அவன் பூட்டிய விலங்குகளும் எரிந்து சாம்பலாகட்டும்.

(நான் திடுக்கிட்டு விழித்தெழுகிறேன். பக்கத்தில் 'சிங்கள ராணுவத்தின் வெறியாட்டம்' என்று அலறிக் கொண்டு கிடந்தது செய்தித்தாள். அதற்கு மேல் ராமாயணம் விரிந்து கிடந்தது. காற்றில் யுத்த காண்டத்தின் பக்கங்கள் படபடத்துக் கொண்டிருந்தன.)

16-5-84

எங்கள் வாக்கு எங்களுக்கல்ல

ஜனநாயகியின் உற்சவம் தொடங்கிவிட்டது.

தெருவெங்கும் ஒலிபெருக்கி நாதசுரங்களின் ஓயாத சத்தம். கோஷ மேளங்கள்.

காற்று கற்பழிக்கப்படுகிறது.

விளக்குகளில் வியாபார விளம்பரங்கள். எல்லாம்

விற்கப்படுகிறது. கொள்கை, மானம், கற்பு எல்லாம்.

வீதியெங்கும் புதுப்புதுக் கொடிகள். துச்சாதனன் உரிந்த சேலைகள். பாஞ்சாலியின் அனாதரவான புலம்பல் — எங்கிருந்தோ மெல்லியதாக.

கண்ணன் மட்டும் எங்கும் காணோம்.

கூட்ட நெரிசலில் குழந்தைகள் காணாமல் போகின்றன.

அதோ! மிட்டாய் கொடுத்து மயக்கியவன் பின்னால் ஒரு குழந்தை போகிறது — நகையைப் பறிகொடுக்க.

இதோ! இன்னொரு குழந்தை பலூன் வாங்குகிறது. வெறும் காற்றால் ஊதிப் பெருத்த பலூன். கொஞ்ச நேரத்தில் அது உடையும். குழந்தை கொஞ்சம் அழுதுவிட்டு வேறொரு பலூன் வாங்கும்.

கீரியும் பாம்பும் சண்டை போடும் என்று நம்பிக் காத்திருந்து, கடைசியில் பல்பொடியை வாங்கிக் கொண்டு போகிறார்கள் சிலர்.

நெல்லுக்குச் சீட்டெடுத்துக் கொடுக்கும் கிளிகளிடம் தங்கள் வருங்காலத்தைத் தெரிந்து கொண்டு ஆறுதலடைகிறார்கள் சிலர்.

பயாஸ்கோப்புக்காரனிடம் காசைக் கொடுத்து விட்டுக் கொஞ்சம் வர்ணக் கனவுகளை வாங்கிக் போகிறார்கள் சிலர்.

சாவடிகளுக்கு முன்னால் வரிசையாகக் காகங்கள்; சம்பாதித்துப் பெற்ற வடைகளை நரிகளிடம் கொடுத்துவிட்டு மகிழ்ச்சியோடு திரும்புகின்றன.

ஒவ்வொரு முறையும் சாம்சன்-டிலைலா நாடகம் அரங்கேறுகிறது. டிலைலாவின் மயக்கத்தில் தன் பலத்தின் மூலமாகிய கேசத்தை இழக்கிறான் சாம்சன்.

அவன் கண்கள் குருடாக்கப்படுகின்றன. விலங்கிடப்படுகிறான். ஒவ்வொரு முறையும் இத்துடன் திரை இறங்கி விடுகிறது.

நாடகம் இறுதிவரை எப்போது நடக்கும்? அட்டகாசச் சிரிப்புகள் ஒலிக்கும் அரண்மனைத் தூண்களின் பக்கம் அவனை யார் அழைத்துச் செல்வார்கள்? அந்தத் தூண்கள் எப்போது தகரும்? அந்த அரண்மனை எப்போது இடியும்?

26-12-84

ஒரு ஊரில் ஒரு கூஜா

"**மா**மா! ஒரு கதை சொல்லுங்களேன்" என்றாள் அவள். பக்கத்து வீட்டுச் சிறுமி. சிரிப்பால் எப்போதும் தன்னைச் சுற்றிப் பூக்களைத் தூவுகின்றவள்.

"ஒரு ஊரில் ஒரு ராஜா" என்று ஆரம்பித்தேன். அதற்குப் பிறகு ராஜாவை என்ன செய்வது என்று தெரியவில்லை.

அவள் கைகொட்டிச் சிரித்தாள். பாவம். என்னுடைய ராஜா சிம்மாசனத்திற்கு அடியில் பதுங்கிக் கொண்டார்.

ராஜா கூஜா
ராணி ஆணி
மந்திரி முந்திரி

என்று அபிநயத்தோடு பாடிவிட்டு, மறுபடியும் சிரிப்பால் என்னை அறைந்துவிட்டு அவள் பறந்து விட்டாள்.

அவள் எப்போதும் அப்படித்தான். அலைகளை எழுப்புவதற்காகவே வருகிறவள். ஓரிடத்தில் நிற்க மாட்டாள். காற்று; கட்டிவைக்க முடியாத காற்று.

என் ராஜாவைப் பார்த்தேன். கூஜாவாகியிருந்தார். பக்கத்தில் ஆணி; முந்திரி.

இவற்றை வைத்துக் கொண்டு எப்படி அரசாங்கம் நடத்துவது என்று தெரியவில்லை. யோசித்துப் பார்த்ததில் இப்பொழுது நடக்கும் சில அரசாங்கங்களை விட அவ்வளவு ஒன்றும் மோசமாக இருக்காது என்றும் தோன்றியது.

ராஜா ஏன் கூஜா ஆனார்? ராணி எப்படி ஆணி ஆனாள்? மந்திரிக்கும் முந்திரிக்கும் என்ன சம்பந்தம்?

குழந்தைகள் உலகம் அதிசயமான உலகம். நம் உலகத்தை விட அழகான உலகம். அங்கே எதிர்ப்பதங்கள் கல்யாணம் செய்துகொள்கின்றன. முரண்கள் முத்தமிட்டுக்கொள்கின்றன. மொட்டைத் தலையும் முழங்காலும் முடிச்சிட்டுக்கொள்கின்றன. அமாவாசைக்கும் அப்துல் காதருக்கும் அன்னியோன்னியம் உண்டாகி விடுகிறது.

சிந்தித்துப் பார்த்தால் ராஜாவுக்கும் கூஜாவுக்கும், ராணிக்கும் ஆணிக்கும், மந்திரிக்கும் முந்திரிக்கும் சம்பந்தம் இருப்பதும் தெரிகிறது. சப்த சம்பந்தம்.

சப்தம் சம்பந்தமா? ஆம் அர்த்த சம்பந்தத்தைவிட அழகான சம்பந்தம். அந்தரங்கமான உறவுகளை உடைய சம்பந்தம்.

மொழியியல் அமைப்பியம் (Linguistic Structuralism) உளவியல் ஆகியவை இத்தகைய சம்பந்தத்திற்கு முக்கியத்துவம் தருகின்றன.

மனம் ஒரு கம்ப்யூட்டர். ஒத்த ஒலிகளை உடைய சொற்களை — அவற்றால் தோன்றும் படிமங்களை அது ஒன்றாகக் கூறுகட்டி வைத்துவிடும். இப்படி ஒன்றாகக் கிடப்பதால் அந்தப் படிமங்கள் கூடிக் குலாவி அர்த்தக் கலப்புக் கொண்டுவிடும். நாம் ஒன்றை அழைத்தால் உறவுடைய மற்றொன்றும் கூடவே வந்துநிற்கும்.

குழந்தைகளுக்கு மட்டுமல்ல, ஆதிவாசிகள், கவிஞர்கள் ஆகியவர்களுக்கும் இந்த சப்த சம்பந்த ஜோடிகளை மிகவும் பிடிக்கும். மனத்தளவில் இவர்கள் மூவரும் ஒருவகை.

மனவாசிகளான படிமங்களுக்கு இவர்கள் பரிபூரண சுதந்திரம் தந்து விடுகிறார்கள்.

புறவுலகின் செயற்கையான தளைகளையும், ஆரோக்கியமற்ற சட்ட திட்டக் கட்டுப்பாடுகளையும் இவர்கள் தங்கள் இதய தேசத்தில் திணிப்பதில்லை. அதனால்தான் அவர்கள் உலகம் அழகாக இருக்கிறது.

அங்கே ராஜா கூஜாவாவது அதிசயமில்லை; இயல்பானது; உண்மையானது.

சிம்மாசனத்தில் ஒரு கூஜாவைக் கற்பனை செய்து பார்த்தேன். சிரிப்பு வந்தது; சிந்தனையும் வந்தது.

இந்த ராஜா ஏன் கூஜா ஆனார்?

'கூஜா'க்களிடத்திலிருந்து தப்பிக்கத் தாமே கூஜா ஆகிவிட்டாரா? அப்படியென்றால் புத்திசாலிதான்.

இல்லை 'கூஜா'வாக இருந்து அதனாலேயே ராஜாவாகி விட்டாரா? அப்படியென்றால் அரசியல் ஞானிதான். பல 'ராஜா'க்கள் என் நினைவுக்கு வந்தார்கள்.

வேறு கோணத்தில், நல்ல அர்த்தத்தில் — பார்த்தால் ராஜா கூஜாவாக இருப்பதுதான் சரி எனப்படுகிறது.

தேவையான பானத்தைத் தேக்கி வைத்துத் தேவைப்பட்டவர்களுக்கு வழங்கும் கூஜாவாக.

கூஜா தானே பானத்தைக் குடிக்காது; குடிக்கக் கூடாது.

'குடி'மக்களுக்காகத்தான் கூஜா. கூஜாவுக்காகக் குடிமக்கள் இல்லை.

இன்னும் சிந்தித்தால் கூஜாக்களில் பலவகை இருப்பது புலப்படுகிறது.

மதுக் கூஜா, பால் கூஜா, நீர்க் கூஜா, கானல் நீர்க் கூஜா, காலிக் கூஜா, ஓட்டைக் கூஜா, கூஜா மாதிரி இருக்கும் கூஜா!

குடிமக்களுக்கு ஏற்பத்தான் கூஜா இருக்கும். அதாவது கூஜா குடிமக்களால் குடிமக்களுக்காகத் தேர்ந்தெடுக்கப்படுகிறது.

கூஜாக்களின் தேர்வு குடிமக்களின் அவ்வப்போதைய தாகத்தைப் பொறுத்தது.

கூஜாவைப் பார்த்துக் குடிமக்களைத் தெரிந்து கொள்ளலாம்.

இனி, ஆணி. கூஜாவுக்குப் பக்கத்தில் ஆணியை வைத்துப் பார்த்தேன். ஒன்றும் புரியவில்லை. பல 'ராஜா ராணிகள்' இப்படித்தானே இருக்கிறார்கள். சம்பந்தாசம்பந்தம் இல்லாத சம்பந்தமாக.

ஆணிகளிலும் பலவகை இருப்பது தெரிந்தது.

அச்சாணி, எழுத்தாணி, சிலுவை ஆணி, இணைக்கும் ஆணி, கீறும் ஆணி, கூர் இல்லாத ஆணி, அடித்தால் வளையும் ஆணி.

'ஆணி அமைவதெல்லாம் ஆண்டவன் கொடுத்த வரம்!' அடுத்து முந்திரி. இது எந்த முந்திரி?

'முந்திரிக் கொட்டை' புகழ் முந்திரியா? சில மந்திரிகளைப் பார்த்தால் இதுதான் சரி என்று தோன்றுகிறது.

இல்லை. அகப்படும் கொழு கொம்பைத் தொற்றிக் கொண்டு படர்ந்து பிழைக்கும் கொடி முந்திரியா? பல மந்திரிகளைப் பார்த்தால் இதுதான் சரி என்று தோன்றுகிறது.

முதல் வகை முந்திரிகளை உடைக்க வேண்டும்; வறுக்க வேண்டும். அப்போதுதான் பயன் தருவார்கள்.

இரண்டாவது வகையைக் கசக்கிப் பிழிந்தால்தான் பயன் கிடைக்கும்.

இந்த வகை முந்திரிகளில் சில பந்தலில் எட்டாத உயரத்தில் போய் உட்கார்ந்து கொள்வதும் உண்டு.

மூன்றையும் தனித்தனியாகப் பார்த்தால் நன்றாகத்தான் இருக்கிறது. சேர்த்துப் பார்த்தால்...? புரியவில்லை.

சரியாக மாட்டிக்கொண்டேன். புலி வால் பிடித்த நாயர் மாதிரி. அதுவும் ஒரு புலி அல்ல; மூன்று புலி.

என்னை இந்த இக்கட்டிலிருந்து காப்பாற்றக் கூடிய ஆபத்பாந்தவள் பக்கத்து வீட்டுச் சிறுமிதான்.

அவளைத் தேடி விரட்டிப் பிடித்தேன்.

தயவு செய்து இந்த 'ராஜா கூஜா' பாட்டை முழுவதும் பாடி என்னைக் காப்பாற்று என்று அழாத குறையாகக் கெஞ்சினேன்.

ஏற்றப் பாட்டுக்காரனிடம் கம்பனுக்கு ஏற்பட்ட கதி நினைவுக்கு வந்தது.

அவள் வழக்கமான சிரிப்பு ஆயுதத்தால் என்னைக் கதி கலங்க வைத்துவிட்டுப் பாடினாள்:

> ஆணியை
> சுவத்திலே அடிச்சு
> கூஜாவை
> அதிலே மாட்டி
> முந்திரியை
> அதுக்குள்ளே போட்டுடணும்.

அடித்து, மாட்டிப் போட்டுவிட்டேன். நிம்மதியாக இருந்தது.

அடடா! எவ்வளவு எளிமையான — அருமையான தீர்வு!

இது மட்டும் தெரிந்துவிட்டால் எத்தனை நாடுகளுக்கு விமோசனம் கிடைக்கும்!

30-1-85

❋

பூ யாருக்காக?

பாதையோரம் ஒரு மல்லிகைப் பூந்தோட்டம். ஊதாரித்தனமாகப் பூத்துக் கிடந்தன மலர்கள்.

ஒரு பக்தன் வந்தான்.

பூசைக்குப் பயன்படும் என்று சில மலர்களைப் பறித்துச் சென்றான்.

ஒரு வியாபாரி வந்தான்.

அவன் பார்வையில் பூக்களெல்லாம் நாணயங்களாகத் தெரிந்தன. மனத்துக்குள் கணக்குப் போட்டுக் கொண்டே தோட்டக்காரனைத் தேடிப் போனான்; பேரம் பேசுவதற்கு.

காதலர்கள் வந்தனர்.

காதலன் சில பூக்களைப் பறித்துத் தொடுத்துக் காதலியின் கூந்தலில் சூட்டினான்.

"உன் கூந்தலில் இந்தப் பூக்களுக்குப் பட்டாபிஷேகம்; இப்போது இவை உன் அழகில் பிரகாசித்து உன் நறுமணம் கமழ்கின்றன" என்றான்.

ஒரு விஞ்ஞானி வந்தான்.

பூக்களைப் பறித்தான்; பரிசோதனைச் சாலைக்குப் போனான்; பூக்களை இதழ் இதழாகப் பிய்த்தான்; கசக்கினான்; ஆராய ஆரம்பித்தான்.

ஒரு கவிஞன் வந்தான்.

மலர்களின் மொழியை நாசியால் கேட்டான்; முத்து இதழ்களில் முத்தமிட்டான்; எழுத ஆரம்பித்தான்:

> சலவைப் பூக்களே!
> நீங்கள்
> கனவின் புன்னகைகள்;
> காதலின் உளறல்கள்;
> நறுமண நட்சத்திரங்கள்;
> நிலவின் உச்சரிப்புகள்;
> காற்றில் கடிதம் எழுதும்
> காதலிகள்.
> நீங்கள் ஒரு சாதி;

வண்டுகள் ஒரு சாதி;
எனவே
உங்கள் திருமணம்
கலப்புத் திருமணம்

எழுதி முடித்ததும் பத்திரிகை அலுவலகம் நோக்கி ஓடினான்.

ஒரு விதவை வந்தாள்.

பூக்களை மெதுவாய்த் தொட்டாள்; பெருமூச்செறிந்தாள்.

"உங்களுக்கும் வெள்ளைச் சேலை! நீங்களும் விதவைகளா?" என்றாள்.

கண்ணீர் சொரிந்து பூக்களை நனைத்தாள்.

ஒரு குருவும் சீடனும் வந்தனர்.

சீடன் மலர்களைப் பார்த்து, "அடடா! என்ன அழகு!" என்று வியந்து நின்றான்.

"இந்த அழகு கண் மயக்கம்; அழகு அநித்தியம்; கொஞ்ச நேரம் சிரித்து, வாடி, உதிர்ந்துவிடும். அழகு மோசடித் திருடன்; உன்னை ஏமாற்றிக் கொள்ளையடித்து விடுவான். மாயையில் மயங்காதே!" என்று குரு உபதேசம் செய்தார்.

ஒரு பைத்தியக்காரன் வந்தான்.

ஒரு பூவின் அருகே வாய் வைத்து "ஹலோ" என்றான். பிறகு பூவில் காதை வைத்துக் கேட்டான்.

அவன் முகம் மலர்ந்தது.

உடல் நடுங்கியபடி ஒருவன் வந்தான்.

"ஐயோ! மல்லிகைப் புதர்; பாம்புகள் இருக்கும்" என்று அதிகமாக உடல் நடுங்கியபடி வேகமாக நடந்தான்.

ஒரு நிருபர் வந்தார்.

"இந்தப் பூக்களைப் பற்றி சுவாரஸ்யமாகச் சொல்வதற்கு ஏதாவது இருக்கிறதா?" என்று தோட்டக்காரனிடம் கேட்டார்.

அவன் தலையைச் சொறிவதைப் பார்த்து உதட்டைப் பிதுக்கிவிட்டுச் சென்றார்.

ஆசிரியர் ஒருவர் வந்தார்.

ஒரு பூவின் மீது நூற்றுக்கு நாற்பது என்றும் மற்றொரு பூவின் மீது நூற்றுக்குப் பதினைந்து என்றும் மதிப்பெண் இட்டுச் சென்றார்.

ஓர் அரசியல்வாதி வந்தார்.

"இவ்வளவு பூக்களா! அதுவும் எளிதாகப் பறிக்கும்படி! இவ்வளவும் ஓட்டுக்களாக இருந்தால் எவ்வளவு நன்றாக இருக்கும்!" என்று பெருமூச்சு விட்டபடி சென்றார்.

ஒவ்வொன்றையும் கண்ணால் எடை போட்டபடி ஒருவர் வந்தார்.

பூக்களைப் பார்த்துத் தலையசைத்தார். "வீண்; வீண்; நிலம் வீண். இந்தப் பூக்களால் என்ன உபயோகம். இந்தத் தோட்டத்தை அழித்து நெல் பயிரிட ஏற்பாடு செய்ய வேண்டும்" என்று ஆவேசத்தோடு நடந்தார்.

ஓர் அறிவுஜீவி வந்தார்.

மலர்களை அலட்சியமாகப் பார்த்தார். நறுமணம் அவரிடம் ஏதோ விவாதிப்பது போல் பட்டது; முகம் சுழித்தார்.

கையிலிருந்த சிகரெட்டால் அருகிலிருந்த பூவைச் சுட்டார். திருப்தியோடு சென்றார்.

ஒரு சித்தர் வந்தார்.

மலரைப் பார்த்து மலர்ந்தார்; மலர்களைக் கும்பிட்டார்; நறுமணத்தை முகர்ந்தார்; மூர்ச்சித்து விழுந்தார்.

ஒரு விமர்சகர் வந்தார்.

பூக்களை அருவருப்போடு பார்த்தார். "இவை வெள்ளையாக இருக்கின்றன; வெள்ளை என்பது நிறம் அல்ல; நிறம் இன்மை. ஒரு நிறத்தோடும் இவற்றிற்கு 'கமிட்மெண்ட்' இல்லை. மணமும் வெடிமருந்தின் மணமாக இல்லை. இதழ்களும் பலவீனமானவை; கடினமாக இருந்திருக்க வேண்டும். மேலும் சமூகத்திற்கான 'மெஸேஜ்' எதுவும் இவற்றில் இல்லை. எனவே இவை பூக்களே அல்ல" என்று தீர்ப்புரைத்து விட்டு கம்பீரமாக நடந்து சென்றார்.

ஒருவன் அவசர அவசரமாக வேலைக்குப் போய்க் கொண்டிருந்தான்.

மலர்கள் அவன் பார்வையில் படவில்லை; மணமும் அவனுக்கு எட்டவில்லை.

ஒரு வண்டு வந்தது.

சிறகுகளால் பாடிக்கொண்டு ஒரு பூவை வட்டமிட்டது. இதழ் நோகாமல் மெதுவாகப் பூவின் மீது அமர்ந்தது. பாட்டை நிறுத்திக்கொண்டு அமைதியாக ஆழ்ந்து லயித்துத் தேனை அருந்தியது.

மலர் சிலிர்த்தது.

ஆமாம், பூ யாருக்காக?

14-8-85

எச்சில் வீடு

என் அறையின் மூலையில் சிலந்தி வலை.

வீட்டுக்குள் வீடு கட்டும் அந்த அதிசயப் பிராணியைப் பார்க்கிறேன். அதற்குத்தான் எவ்வளவு தன்மானம்!

அந்நியப் பொருள்களால் வீடு கட்டாமல் தன் சொந்த எச்சிலால் அல்லவா கட்டிக் கொள்கிறது!

உணவு, உடை, உறையுள் — இவற்றை மனிதன் தனித் தனியாகத் தேடவேண்டியிருக்கிறது. சிலந்தி எவ்வளவு புத்திசாலி! நூலாலேயே ஒரு வீடு கட்டி, அதன் மூலமே உணவையும் சம்பாதித்து விடுகிறதே!

இந்தச் சிலந்தி வாயால் பூ வரையும் ஓவியனா? சுவருக்கு ஆடை கட்டும் பைத்தியமா?

சிலந்திக்கு மட்டும் என்ன இவ்வளவு அழகிய வாந்தி!

எவ்வளவு நூல் நூற்றாலும் இந்தப் பஞ்சு ஏன் கரைவதே இல்லை?

சிலந்தி வலை பின்னும் போதெல்லாம் அது வலைதான் பின்னுகிறதா இல்லை பாடுகிறதா என்று எனக்குச் சந்தேகம் வருவதுண்டு.

ஒரு பாவத்தைச் சுற்றிச் சுற்றி ஸ்வரங்களால் அலங்கரிக்கும் இசைக் கலைஞன் போலல்லவா அது வாய் ஜாலம் காட்டுகிறது!

☆

உலகத்தைப் பார்க்கிறேன், எத்தனை சிலந்திகள்!

இதோ, இரவு! கரிய இழைகளால் வலை பின்னுகிறது.

வலையில் சிக்கித் துடிக்கும் நட்சத்திர ஈக்கள்!

அதோ, சூரியன்! கிரணங்களால் வலை பின்னுகிறான். இருளைப் பிடித்து உண்பதற்கு!

இதோ, ஒருத்தி! அலங்காரங்களால் வலை விரித்து இரைக்காகக் காத்திருக்கிறாள்.

அதோ, ஒருவன்! மேடையில் வார்த்தைகளால் வலை பின்னுகிறான். எதிரே அப்பாவி இரைகள்!

பிரபஞ்ச வலையைப் பின்னிக்கொண்டு மறைந்து உட்கார்ந்திருக்கிறானே, அவனும் ஒரு சிலந்திதான்.

அவனுடைய இரை? நாம்தாம்! அவனே உற்பத்தி செய்து அவனே உண்ணும் இரை!

☆

இறைத்தூதர் முஹம்மத் (சல்) அவர்களுடைய வாழ்க்கையில் ஒரு நிகழ்ச்சி.

பகைவர்களுடைய கொடுமை தாளாமல் மக்காவிலிருந்து அவர் வெளியேறுகிறார்.

பகைவர்கள் துரத்தி வருகின்றனர். அவரும் அவருடைய தோழர் அபூபக்கரும் ஒரு குகையில் ஒளிந்து கொள்கின்றனர்.

பகைவர்கள் வந்து பார்க்கும் போது அந்தக் குகையின் வாசலில் ஒரு சிலந்தி வலை பின்னியிருக்கிறது.

'மனிதர்கள் உள்ளே சென்றிருந்தால் இந்த வலை அறுந்திருக்கும். எனவே உள்ளே யாரும் இருக்க முடியாது' என்று எண்ணிக் கொண்டு அவர்கள் திரும்பிவிடுகின்றனர்.

ஓ! பகைவர்களுடைய படையை ஒரு நூலாம் படை தடுத்து நிறுத்திவிட்டதே!

ஒரு பலவீனமான நூல் எவ்வளவு பலமான கோட்டையாகி விட்டது!

இரைக்காகவே வலை பின்னும் சிலந்தி, கொடியவர்கள் தேடி வந்த இரையை அல்லவா காப்பாற்றி விட்டது!

அந்தச் சிலந்தி வலையா பின்னியது? இல்லை. ஒளிந்திருக்கும் ரகசியத்தை உளறி விடப் போகிறதோ என்று அந்தக் குகையின் வாயை நூலால் தைத்து விட்டது!

இந்த நிகழ்ச்சியைப் படித்ததிலிருந்து சிலந்தியின் மீது ஒரு பிரியம் ஏற்பட்டுவிட்டது. ஒற்றடை அடிப்பதென்றால் கை தயங்குகிறது.

12-9-85

*

தெரு விளக்கு

பூமியைக் கரும்பட்டுப் போர்வையால் போர்த்துகிறது அந்தி.

மறந்தது திடீரென்று ஞாபகம் வந்தது போல் 'சட்'டென்று எரிந்தது தெரு விளக்கு.

பணிவான விளக்கு. அகல் விளக்கும் கூட கர்வத்தோடு

நிமிர்ந்து எரிகிற போது இது அடக்கத்தோடு தலை பணிந்து நிற்கிறது.

பகலெல்லாம் ஒற்றைக் காலில் தவமிருந்து அந்தியில் வரம் பெறுகிறது.

உச்சியில் வேர்கள்; ஒவ்வொரு மாலையிலும் ஒரே ஒரு பூ மலரும் ஒற்றைக் கிளை; கீழே நிழலாக வெளிச்சம் அதிசயமான மரம்!

வீட்டு விளக்கு - மனைவி; தெரு விளக்கு?... அப்படி நினைப்பது பாவமாக இருந்தது.

இல்லை... இது மணிமேகலை!

தெரு விளக்கின் வாழ்க்கை இரவு வாழ்க்கைதான்; ஆனால் இருட்டு வாழ்க்கை அல்ல.

வீதி வாக்கியத்தில் ஒரு வினாக்குறி போல் நிற்கிறது. இரவு வந்தால் விடையையும் சொல்கிறது.

கேள்வியிலேயே விடை இருக்கலாம் என்று காட்டுகிறதா?

இந்த இருள் தேசக் கொடிக் கம்பத்தில் பகல் நாட்டுக் கொடி ஒவ்வொரு மாலையிலும் ஏற்றப்பட்டுக் காலையில் இறக்கப்பட்டு விடுகிறது.

ஒவ்வொரு நாளும் இது தன் நெற்றிக் கண்ணைத் திறந்து மன்மத வேளையை எரிக்கிறது.

இந்தக் குட்டிப் பிரசங்கி சூரியத் தலைவர் வருகிற வரை சொற்பொழிவாற்றுகிறது. தலைவர் வந்ததும் வாய் மூடிக்கொள்கிறது.

இரவெல்லாம் பூமியை உற்றுப் பார்த்துக்கொண்டே இருக்கிறது.

பூமியை வாசிக்கிறதா?

எழுத்துக்கள் நடமாடும் மனிதர்களோ?

எரிந்தவுடன் மொய்க்கும் பூச்சிகள்; அபூர்வமாகத் தண்ணீர் சொட்டும் குழாயடியில் மொய்க்கும் பெண்களைப் போல.

முட்டாள் காற்று தினம் இதை ஊதி அணைக்க முயன்று தோற்று ஊளையிட்டுச் செல்லும்.

ஏழை நன்றியோடு பார்க்கிறான்; திருடன் எரிச்சலோடு பார்க்கிறான்.

இது இருவரையும் பற்றற்றுப் பார்க்கிறது.

அக்கம் பக்கம் பார்த்து விட்டு ஒரு தடியன் தடியால் அடிக்கிறான்; இது வாழ்த்துகிறது.

ஒருவன் வர்ணச் சுவரொட்டியை ஒட்டி விட்டுப் போகிறான்.

ஒரு நாய் காலைத் தூக்கி நனைத்துவிட்டுப் போகிறது.

ஒரு துறவியைப் போல் இரண்டையும் இது ஏற்றுக் கொள்கிறது.

புத்தகத்தோடு தன் மடியில் வந்து அமரும் ஓர் ஏழைச் சித்தார்த்தனின் தலையை இது அன்போடு வருடுகிறது.

தன் வெளிச்சத்தில் மற்றொரு வெளிச்சம் உருவாவதை எண்ணி மகிழ்கிறது.

ஒரு சிறுவன் வருகிறான். விளக்கைக் கண்டதும் கல்லைத் தேடுகிறான்; இதன் வெளிச்சத்திலேயே. விளக்குக் குமிழை நோக்கிக் கல்லை எறிகிறான். அவன் எதற்காகக் கல்லெறிகிறான்?

விளக்குக் குமிழைக் கனியென்று நினைத்துக் கல்லெறிகிறானா? அல்லது சிரிக்கும் பைத்தியம் என்று நினைத்துக் கல்லெறிகிறானா? அல்லது வெளிச்சம் தர வந்தவர்களுக்கெல்லாம் இந்த உலகம் தந்த மரியாதையைத் தருவதற்காகக் கல்லெறிகிறானா?

தட்டுத் தடுமாறிக் கொண்டு வந்த குருடன் ஒருவன் கம்பத்தில் மோதுகிறான்.

தெருவிளக்கைப் பார்த்தேன்.

இப்போது இது அவமானத்தால் தலைகுனிந்து நிற்பது போல் தோன்றியது.

21-8-95

புன்னகைகளின் யாசகன்

புதிய ஆண்டு பிறந்திருக்கிறது. நீ குதூகலமாய்க் கொண்டாடி இருப்பாய்.

விளக்குகளை ஏற்றி அவற்றோடு நீயும் விழித்திருப்பாய்.

அந்தப் பிரசவத்தை நீ கண்ணால் கண்டிருக்க முடியாது. கடிகாரச் செவிலிதான் அதை அறிவித்திருப்பாள். அவளுடைய முகத்தை நோக்கியபடி நீ ஆவலுடன் காத்திருந்திருப்பாய்.

அவள் அறிவித்ததும் உன் களிப்பு மூடியை உடைத்துக்கொண்டு பீறிட்டிருக்கும். நீ ஆடியிருப்பாய்; பாடியிருப்பாய்.

அந்தக் குழந்தை யாருக்குப் பிறந்தது? தெரியாது. அதற்கு நீ என்ன உறவு? தாயா? தந்தையா? மாமனா? சகோதரனா? தெரியாது. இருந்தாலும் உன் வீட்டில் நிகழ்ந்த பிரசவம் போல் நீ மகிழ்ந்திருப்பாய்.

உன் வீட்டிற்கு வருமுன் அந்த விருந்தாளியை நீ அறிந்திருக்க மாட்டாய். அது எப்படி இருக்கும் என்பது உனக்குத் தெரிந்திருக்காது.

இருந்தாலும் ஓர் அழகிய முகத்தை நீ கற்பனை செய்துகொண்டிருப்பாய்.

புதுமையை வரவேற்பதில் உனக்குள்ள ஆர்வத்தைப் பாராட்டுகிறேன். ஆனால் இந்த ஆர்வம் எப்போதும் உன்னிடம் இருப்பதுண்டா?

புதியதை வரவேற்க நின்ற நீ எப்படி இருந்தாய்? புதியவனாகவா?

இறந்த காலத்தின் குப்பைக் கூடையாக, அழுகிய பிணங்களின் பாடையாக நீ இருந்தாயா? இல்லையா?

புதிய ஆண்டின் பிறப்பை மட்டுமா நீ கொண்டாடினாய்? இல்லை; பழைய ஆண்டின் இறப்பையும்தான் சேர்த்துக் கொண்டாடினாய்.

ஆனால் பாடையைத் தொட்டிலால் மறைக்கப் பார்க்கிறாய்.

எனக்குத் தெரியும். உன் புன்னகை சமாதியில் ஏற்றி வைத்த விளக்கு!

உன் கொண்டாட்டம் உன் கவலையை மறைக்க நீ அருந்திய மது.

ஒவ்வொரு ஆண்டின் வாசலிலும் இப்படித்தான் நீ பிச்சைக்காரனாகப் போய் நிற்கிறாய்; புன்னகைகளின் யாசகனாக.

புன்னகைகள் வியர்வையில் மலரும் பூக்கள். அவற்றைப் பிச்சையாகப் பெற முடியாது.

ஒவ்வொரு ஆண்டையும் அமுத சுரபி ஏந்திவரும் மணிமேகலையாக நீ நினைக்கிறாய். அவை மணிமேகலைகள் அல்ல; காயசண்டிகைகள். தம் யானைத்தீப் பசிக்கு உன் சுவாசங்களை அள்ளி விழுங்கும் காயசண்டிகைகள்.

பழைய ஆண்டு இறந்துவிட்டது. ஆனால் அதனோடு உன் தொடர்பு முற்றிலும் அறுந்து விடவில்லை. அதற்கும் உனக்கும் பிறந்த குழந்தைகள் உன் காலைச் சுற்றித் திரிந்துகொண்டேதான் இருக்கும்.

ஒவ்வொரு தேதியாகக் கிழித்துக் குப்பையில் எறிபவனே! நாட்களை நாணயங்களாக்கக் கற்றுக்கொள். அவற்றைச் சேமித்து வைக்கும் உண்டியாக நீ இரு.

காலத்தை உன் கணக்கில் வரவாக்கத் தெரிந்துகொள். இல்லையென்றால் அது உன்னைச் செலவழித்துவிடும்.

8-1-86

நூலாட்டம்

எலியோ பூனையோ நடுக் கட்டத்தில் சிக்கியிருக்கும். சுற்றிலும் பாதை வளைந்து வளைந்து செல்லும். அவை வெளியே வர உதவுங்கள் என்று அறைகூவும் புதிர்களைச் சிறுவர் இதழ்களில் பார்த்திருப்போம்.

முற்காலத்தில் எகிப்து, கிரேக்கம் போன்ற புராதன நாகரிக நாடுகளில் இத்தகைய புதிர் வழிகள் (labyrinth)

உண்மையாகவே அமைக்கப்பட்டிருந்தன. மனிதன் வாழ்க்கையில், அல்லது ஏதாவது ஒரு சிக்கலில் அகப்பட்டுக்கொண்டு வெளியேறத் தவிக்கும் நிலைக்கு இவை குறியீடுகள்.

ஏதென்ஸ் இளவரசன் தெஸியஸ் இத்தகைய புதிர் வழி ஒன்றில் சிக்கிக் கொள்கிறான். அரியத்னே என்ற அழகி ஒரு நூலின் துணையால் புதிர் வழியிலிருந்து வெளியேறத் தெஸியஸுக்கு உதவுகிறாள்.

ஒரு நூலின் உதவியால் சிக்கலிலிருந்து விடுபட்டவன் மற்றொரு நூலினால் கட்டப்படுகிறான்; அரியத்னேயின் காதல் என்ற நூல்.

நூலே விடுவிக்கிறது. நூலே கட்டுகிறது. வாழ்க்கையின் விசித்திரமான முரண்களுள் இதுவும் ஒன்று.

வாழ்க்கையும் ஒரு புதிர் வழிதான். நமக்குக் கிடைக்கின்ற ஏதோ ஒரு நூலின் ஒரு முனையைப் பிடித்துக் கொண்டு மறுமுனையைத் தேடிச் செல்கிறோம். மறுமுனையில் சொர்க்கத்தை, புதையலை நாம் எதிர்பார்க்கிறோம்.

> பொன்னூலின்
> ஒரு முனையை
> உன்னிடம் தருகிறேன்
> பந்தாகச்
> சுருட்டிக் கொண்டு வா!
> அது
> சொர்க்க வாசலுக்கு
> உன்னை
> இட்டுச் செல்லும்

என்று ஆசை காட்டுகிறார் வில்லியம் ப்ளேக். இந்தப் பொன்னூல் எது என்பதுதான் பிரச்சினை. ஒவ்வொருவரும் தங்கள் நூலே தங்க நூல் என்று அடித்துச் சொல்லுகிறார்கள்.

புத்தகத்தைத் தமிழில் நூல் என்றுதான் சொல்லுகிறோம். தச்சர்களின் நூல் மரக் கோட்டத்தை நீக்க உதவுவது போல் இந்த நூல் மனிதர்களின் மனக்கோட்டத்தை நீக்க உதவுகிறது என்று இதற்குப் பொருள் கூறுகிறார் பவணந்தி. இன்னும் ஆழமான பொருள் இதற்கு உண்டு என்றே எனக்குத் தோன்றுகிறது.

ஒரு நல்ல புத்தகம் நம் கையில் கிடைக்கிறதென்றால் நூலின் ஒரு முனை நம் கையில் கிடைத்துவிட்டது என்று பொருள். நாம் மறுமுனையைத் தேடிச் செல்ல வேண்டும். அங்கே நமக்குப் புதையல் காத்திருக்கும்.

கருப்பைத் தறியில் ரத்த நூல்களால் நெய்யப்படுகிறான் மனிதன். பிறக்கும் போது தாயோடு தன்னை இணைக்கும் கொப்பூழ்க் கொடியை அறுத்துக்கொள்கிறான். ஆனால் இந்தச் சதை நூலிலிருந்து விடுபட்டவன் கண்ணுக்குத் தெரியாத அவளுடைய பாசம் என்ற நூலில் சிக்கிக் கொள்கிறான். மற்றொரு பெண் மற்றொரு நூலைக் கொண்டு வந்து அவனைக் கட்டி இழுக்கிறாள்.

ஒரு பொன்னூலால் கட்டப்பட்டு ஆட்டுவிக்கப்படும் பொம்மைகள் மனிதர்கள் என்கிறார் ப்ளேட்டோ.

ஒரு நூலாயிருந்தால் பரவாயில்லை. ஒன்பதாயிரம் நூல்களால் அல்லவா மனிதன் ஆட்டுவிக்கப்படுகிறான். ஒருவேளை இந்த ஒன்பதாயிரம் நூல்களும் ஒரு மூல நூலின் புரிகளோ?

ஆயுளையும் நூலாகக் கூறுகிறது கிரேக்கப் புராணம். மூன்று விதித் தேவதைகள் இந்த நூலை நூற்கின்றனவாம். க்ளோதோ நூலை நூற்கிறாள். லாசெஸிஸ் அளவு பார்க்கிறாள். ஆட்ரபோஸ் அளவுப்படி அறுக்கிறாள்.

ஆயுள் நூலிலிருந்து அறுபட்ட பிறகாவது மனிதன் நூலிலிருந்து தப்பிக்கிறானா? இல்லை. மரணத்தையும் எமன் கைப் பாசமாகக் கூறுகிறது இந்தியப் புராண மரபு.

பாசத்தால் கட்டப்பட்டுக் கிடக்கிறது உயிராகிய பசு. கட்டை அறுத்துவிட்டால் பசு இறைவனாகிய பதியோடு சேர்ந்துவிடும் என்கிறது சைவ சித்தாந்தம்.

மனிதன் பாசத்தால் பிறக்கிறான். விடுவிக்கப் படுகிறான். பாசத்திற்குள் போய்ச்சேர்கிறான்.

'நூலின் ஒரு முனையை நீ பிடித்துக் கொள். மறுமுனையை அவன் பிடித்துக் கொள்வான்' என்கிறார் பாரசிகக் கவிஞானி ஹாபிஸ்.

ஒவ்வொருவரும் நூலின் ஒரு முனையைப் பிடித்துக் கொண்டிருக்கிறோம். மறுமுனையில் யார் இருக்கிறார்கள் என்று சில நேரங்களில் தெரிகிறது. சில நேரங்களில் தெரிவதில்லை.

சில நேரங்களில் நாம் மறுமுனை நோக்கிச் செல்கிறோம். சில நேரங்களில் மறுமுனைக்காரன் நம்மை நோக்கி வருகிறான். இது ஈர்ப்பின் சக்தியைப் பொறுத்தது.

சில நேரங்களில் இழுபறி நடக்கிறது. பலமுள்ளவன் வெல்கிறான்.

சில நேரங்களில் நம் நூல்களால் வெவ்வேறு இடத்தில் பிறந்த மலர்களை ஒன்றாகத் தொடுத்து மாலையாக்குகிறோம்.

சில நேரங்களில் ஒரு முனையிலிருந்து தண்ணீர் இறைக்கிறோம். சில நேரங்களில் மறுமுனையிலிருந்து தண்ணீர் மொண்டு வருகிறோம்.

சில நேரங்களில் ஒரு முனையிலிருந்து கொண்டு மறு முனையை மீன்களைப் பிடிப்பதற்கு வீசுகிறோம். சில நேரங்களில் மறுமுனையில் மீன்களாகச் சிக்கிக் கொள்கிறோம்.

சில நேரங்களில் இரண்டு முனைகளையும் இணைத்து முடிச்சுப் போட்டு விடுகிறோம். சில நேரங்களில் மூன்று முடிச்சும் போட்டு விடுகிறோம்.

இதற்கு என்ன பொருள்? ஒரே நூலின் இருமுனைகள் இணைந்துவிட்டன என்றா? இல்லை இரண்டின் சேர்க்கையில் சிக்கல் உண்டாகிவிட்டது என்றா?

15-1-86

இருபத்தோராம் நூற்றாண்டை நோக்கி...

தெருவில் ஒரே ஆரவாரம். வெளியில் வந்து பார்த்தேன். எல்லோரும் இங்குமங்கும் பரபரப்பாக ஓடிக்கொண்டிருந்தார்கள். ஒருவனை நிறுத்தி விசாரித்தேன்.

"உங்களுக்குத் தெரியாதா? இருபத்தோராம் நூற்றாண்டு வரப் போகிறதாம். அதைச் சந்திக்கத் தயாராகும்படி எல்லோருக்கும் அழைப்பு வந்திருக்கிறது. நீங்கள் புறப்படவில்லையா?'' என்று ஒரு மூச்சும் ஒரு பேச்சுமாகக் கூறிவிட்டு நிற்காமல் ஓடினான்.

எனக்குக் கையும் ஓடவில்லை; காலும் ஓடவில்லை. தெருவில் இறங்கி நடந்தேன். கூட்டம் எதிரும் புதிருமாக

ஓடிக்கொண்டிருந்தது. இருபத்தோராம் நூற்றாண்டு எந்தத் திசையிலிருந்து வருகிறது என்று தெரிவிக்காததால் ஏற்பட்ட குழப்பம்.

அறிவிப்பைக் கேட்ட உடனேயே பெரிய வீட்டுச் சேட்டு ஏஸி காரில் புறப்பட்டுப் போய்விட்டாராம்.

உள்ளூர்த் தலைவன் ஆளுயர மாலையோடு ஓஸிக் காரில் வேகமாகப் போய்க்கொண்டிருந்தான்.

மாட்டு வண்டி மாடசாமி அவசரம் அவசரமாக மாடுகளை வண்டியில் பூட்டிக்கொண்டிருந்தான்.

மாடி வீட்டு மங்களம் எதை உடுப்பது? எதை அணிவது? என்று தெரியாமல் குழம்பிக் கொண்டிருந்தாள்.

பக்கத்து வீட்டுப் பங்காருவைப் போய்ப் பார்த்தேன். பஞ்சாங்கம் பார்த்துக்கொண்டிருந்தார். "புறப்பட வில்லையா?" என்றேன். "அதற்குத்தான் நல்ல நேரம் பார்த்துக்கொண்டிருக்கிறேன்" என்றார். நேரம் பார்த்தால் மட்டும் புறப்படப் போகிறாரா என்ன? அப்புறம் சகுனம் பார்ப்பார். ம்ஹூம். இந்த ஜன்மத்தில் இவர் புறப்படப் போவதில்லை.

புலவர் பொன்னழகனாரின் நினைவு வந்தது. பாவம். அவர் இன்னும் இருபதாம் நூற்றாண்டுக்கே வந்து சேரவில்லை. சங்க காலத்திலேயே வசித்துக் கொண்டிருப்பவர்.

கவிஞர் கன்னிதாசனைப் பார்த்தேன். 'இருபத்தோராம் நூற்றாண்டே! எங்கள் இதயத்தின் வெள்ளைப் பூண்டே! வருக, வருக!' என்று வரவேற்பு மடல் தயாரித்துக்கொண்டிருந்தார்.

சுவரொட்டியை எச்சில் வழியப் பார்த்துக் கொண்டிருந்த இளைஞனைத் தோளில் தட்டி, ''இருபத்தோராம் நூற்றாண்டுக்குப் போகவில்லையா?'' என்றேன். ''புதுப்படமா? எங்கே ஓடுகிறது? 'அந்தக்' காட்சிகள் உண்டா?'' என்று ஆவலோடு கேட்டான். தலையில் அடித்துக்கொண்டு நகர்ந்தேன்.

'அண்ணனே! மன்னனே!' என்று சுவரில் கிறுக்கிக் கொண்டிருந்த தொண்டனைக் கேட்டேன். ''எங்கள் தலைவர் ஆணையிட்டால்தான் போவோம்'' என்று கூறிவிட்டு, 'தங்கமே! சிங்கமே!' என்று கிறுக்க ஆரம்பித்தான்.

ஜோதிட சிகாமணி ஜோதிலிங்கத்தைப் பார்த்தேன். ராசிபலன் கணித்துக்கொண்டிருந்தார். ''சில தலைவர்கள் செத்துப் போவார்கள். சில தலைவர்கள் சாகடிப்பார்கள். இந்த ராசிக்காரருக்குச் சுகம் உண்டாகும். இந்த ராசிக்காரருக்குச் சங்கடங்கள் உண்டாகும்'' என்றார். அவருடைய ஞானத்தை மெச்சிவிட்டு நடந்தேன்.

தத்துவ மேதை தத்தப்பன் சாய்வு நாற்காலியில் கழன்று போய்க் கிடந்தார். ''நீங்கள் புறப்படவில்லையா?'' என்றேன். ''எது புறப்படுகிறதோ அது புறப்படுவதில்லை. எது வருவதில்லையோ அது வருகிறது. நடந்தாலும் நடக்காவிட்டாலும் பாதை அதேதான். படித்தாலும் படிக்காவிட்டாலும் கீதை அதேதான்'' என்றார். தலையைச் சுற்றிது. வெளியில் வந்துவிட்டேன்.

தெருவில் பிச்சைக்காரன் அவசரம் அவசரமாகப் புதிய கப்பரை செய்து கொண்டிருந்தான்.

ஏரைச் சுமந்துகொண்டு விவசாயி போய்க்

கொண்டிருந்தான். "இருபத்தோராம் நூற்றாண்டுக்கா?" என்றேன். "இல்லை. வயலுக்கு" என்றான்.

எனக்கும் நேரமாகிவிட்டது. வேலைக்குப் புறப்பட்டேன்.

22-1-86

இரு கட்சிகளின் கதை

தொடக்கத்தில் அந்த ஊரில் நீர்க் கட்சி என்ற ஒரே கட்சிதான் இருந்தது. மக்கள் மகிழ்ச்சியாக இருந்தனர்.

ஆனால் இந்த நிலை நெடுநாள் நீடிக்கவில்லை. பணம், பட்டம், பதவி, பவிசு இவையெல்லாம் நமக்குக் கிடைக்கவில்லை என்று பொருமிக் கொண்டே இருந்த

சிலர் ஒருநாள் பிரிந்துபோய்த் தனிக் கட்சி தொடங்கினர். அதற்கு நெருப்புக் கட்சி என்று பெயர் வைத்தனர்.

ஊர் இரண்டுபட்டது. கூத்தாடிகளுக்குக் கொண்டாட்டமாகி விட்டது.

ஒரு கட்சி மற்றக் கட்சியை அழிப்பதில் ஈடுபட்டது. எப்போது பார்த்தாலும் சண்டை, சச்சரவு, சவால். இரண்டு கட்சிக்கும் இடையில் சிக்கிய அப்பாவி மக்கள் திண்டாடித் தவித்தனர்.

விளக்குக் கம்பங்களெல்லாம் கொடி மரங்கள் ஆயின. கோவணங்கள் எல்லாம் கொடிகள் ஆயின.

"எல்லா உயிர்களும் நீரிலிருந்துதான் தோன்றின. நீரில்லாமல் ஒரு புல் கூட முளைக்காது. எனவே நீர்தான் உயர்ந்தது" என்று நீர்க் கட்சி முழங்கியது.

"நீரே நெருப்பிலிருந்துதான் தோன்றியது. நெருப்பு இல்லையென்றால் ஓர் உயிர் கூட வாழ முடியாது. எனவே நெருப்புத்தான் உயர்ந்தது" என்று நெருப்புக் கட்சி எதிர் முழக்கமிட்டது.

பத்திரிகை நிருபர்கள் இரண்டு கட்சித் தலைவர்களையும் பேட்டி கண்டு, "உங்கள் கொள்கை என்ன?" என்று கேட்டார்கள்.

"நாடு எப்போதும் ஈரமாக, குளிர்ச்சியாக இருக்க வேண்டும். எல்லோருடைய தாகமும் தணிய வேண்டும். இதுதான் எங்கள் கொள்கை" என்றார் நீர்க் கட்சித் தலைவர்.

"எல்லோருக்கும் சூடும் சுரணையும் தர வேண்டும். எல்லா வீடுகளிலும் எப்போதும் விளக்குகள் எரிய வேண்டும். இதுதான் எங்கள் கொள்கை" என்றார் நெருப்புக் கட்சித் தலைவர்.

“இதற்கு என்ன திட்டங்கள் வைத்திருக்கிறீர்கள்?” என்று பத்திரிகை நிருபர்கள் கேட்டனர்.

“தெருவுக்கொரு தண்ணீர்ப் பந்தல் வைக்கப் போகிறோம்” என்றனர் நீர்க் கட்சிக்காரர்கள்.

“ஆளுக்கொரு தீப்பெட்டியை இலவசமாக வழங்கப் போகிறோம்” என்றனர் நெருப்புக் கட்சியினர்.

நீர்க் கட்சியினர் குழாயைத் தங்கள் சின்னமாகத் தேர்ந்தெடுத்துக்கொண்டனர். நெருப்புக் கட்சியினர் தீவட்டியைத் தங்கள் சின்னமாகத் தேர்ந்தெடுத்துக் கொண்டனர்.

வீடுகளில் தண்ணீர் இல்லை. சுவர்களில் குழாய்ச் சின்னம் வரையப்பட்டிருந்தது. வீடுகளில் வெளிச்சமில்லை. சுவர்களில் தீவட்டிச் சின்னம் வரையப்பட்டிருந்தது.

“பூமியில் முக்கால் பங்காக இருக்கும் கடல், மழை, அருவிகள், ஆறுகள், குளங்கள், குட்டைகள், சாக்கடைகள் எல்லாம் எங்கள் பக்கம். எனவே எங்களுக்கே செல்வாக்கு அதிகம்” என்று நீர்க் கட்சித் தலைவர் பெருமைப்பட்டுக்கொண்டார்.

“வானத்தில் இருக்கும் சூரியன், சந்திரன், நட்சத்திரங்கள், மின்னல், விளக்குகள், அடுப்புகள், சுடுகாடு எல்லாம் எங்கள் பக்கம். எனவே எங்களுக்கே செல்வாக்கு அதிகம் என்று நெருப்புக் கட்சித் தலைவர் கர்வத்தோடு சொல்லிக்கொண்டார்.

“தாகத்திற்கு நெருப்பைக் குடிக்க முடியுமா?” என்று சவால் விட்டார் நீர்க் கட்சித் தலைவர்.

“தண்ணீரால் அடுப்பெரிக்க முடியுமா?” என்று எதிர்ச் சவால் விட்டார் நெருப்புக் கட்சித் தலைவர்.

பகை முற்றியது. பத்திரிகைகள் பரபரப்பாக விற்றன.

"உனக்கு மானமிருந்தால் நீரைத் தொடாதே" என்று காட்டமாகச் சொன்னார் நீர்க் கட்சித் தலைவர்.

"உனக்கு ரோஷமிருந்தால் நெருப்பைப் பயன்படுத்தாதே" என்று கோபமாகச் சொன்னார் நெருப்புக் கட்சித் தலைவர்.

அன்றிலிருந்து நீர்க் கட்சியினர் நெருப்பைப் பயன்படுத்தவில்லை. நெருப்புக் கட்சியினர் நீரைத் தொடவில்லை.

சில நாட்கள் ஆயின. நீர்க் கட்சிக்காரர்களில் பலர் சமையல் செய்ய முடியாமல் இருட்டில் கிடந்து செத்தனர். நெருப்புக் கட்சிக்காரர்களில் பலர் நாறிப் போய்த் தாகத்தால் செத்தனர்.

ஒரு நாள் நீர்க் கட்சியினர் இருக்கும் பகுதியில் வெள்ளம் புகுந்தது. எஞ்சியிருந்த நீர்க்கட்சியினர் வெள்ளத்தில் மூழ்கி இறந்தனர்.

மற்றொரு நாள் நெருப்புக் கட்சியினர் வசிக்கும் பகுதியில் தீ விபத்து ஏற்பட்டது. எஞ்சியிருந்த நெருப்புக் கட்சியினர் தீயில் கருகி இறந்தனர்.

எரிந்து கொண்டிருந்த நெருப்பை மழைபெய்து அணைத்தது.

வெள்ளப் பகுதியைச் சூரியன் மெல்ல மெல்லச் சுட்டு உலர வைத்துக்கொண்டிருந்தான்.

2-4-86

✳

சொந்தச் சிறைகள்

சுதந்திரம் ஒரு சொப்பனமயமான பொய்.

சுதந்திரத்தைப் பேசுகிறோம். ஆனால் உண்மையில் அதை விருமபுகிறோமா?

நாம் சுதந்திரத்தை விரும்புவதில்லை; சிறைகளையே விரும்புகிறோம்.

சுதந்திரத்தை நாம் விரும்புகிறோம் என்றால் மரணத்தைக் கண்டு ஏன் அழுகிறோம்? சகல தளைகளிலிருந்தும் விடுதலை அடையும் பரிபூரண சுதந்திரமல்லவா அது?

சிறைப்படுவதை நாம் வெறுக்கிறோம் என்றால் திருமணத்தை ஏன் கோலாகலமாகக் கொண்டாடுகிறோம்? ஆயுள் சிறையல்லவா அது?

சுத்தமான அர்த்தத்தில் நாம் சுதந்திரமாக இருக்க முடியுமா?

முடியாது.

நாம் உருவாவதே சிறையில்தான்; கருப்பைச் சிறையில். வாழ்வதும் சிறைகளில்தான்.

பிரசவம் என்பதும் விடுதலை அல்ல; சிறை மாற்றம்; சின்னச் சிறையிலிருந்து பெரிய சிறைக்கு.

வாழ்க்கை என்பது புதுப்புது விலங்குகளைத் தயாரிக்கும் பட்டறை.

இயற்கையில் எதுவும் சுதந்திரமாக இல்லை.

அண்ட சராசரங்கள் ஆகர்ஷணத்தின் அடிமைகள்.

உயிர் உடலின் கைதி. உடல் உணர்ச்சிகளின் கொத்தடிமை.

பாசம், அன்பு, நேசம், நட்பு என்பவை விலங்குகளே; கண்ணுக்குத் தெரியாத நுண்ணிய விலங்குகள்; பூவிலங்குகள்.

இரும்பு விலங்குகளை அகற்றிவிடலாம்; இந்தப் பூவிலங்குகளை அகற்றுவது எளிதல்ல.

இந்த விலங்குகளிலிருந்து விடுபட யார் விரும்புவார்கள்? இந்த விலங்குகளை ஆபரணங்களாக அணிந்துகொள்ள அல்லவா இதயம் ஆசைப்படுகிறது!

பந்தம், பாசம் என்பவை என்ன? விலங்குகளின் அழகான பெயர்கள்தாமே?

நாம் கற்றுக்கொள்ளும் ஒவ்வொரு விஷயமும் நமக்கு விலங்காகிறது. நாம் அதற்கு அடிமையாகிறோம். அதிகமான விலங்குகளை அணிகிறவன் அறிஞன் ஆகிறான்.

அடிமையாக இருப்பதே ஆனந்தம் என்பதற்குக் காதல் துறையை விட வேறென்ன சான்று வேண்டும்?

அந்தச் சிறைதான் எவ்வளவு அதிசயமான சிறை! அங்கே கைதியாவதற்கல்லவா போராட்டம் நடக்கிறது!

தத்துவம், சித்தாந்தம், லட்சியம் என்று ஒவ்வொருவனுக்கும் ஒவ்வொரு சிறை.

சிலர் பிறருடைய சிந்தனைகளுக்குக் கொத்தடிமை ஆகிறார்கள். சிலர் தங்கள் சொந்த எண்ணங்களிலேயே சிறைப்பட்டுக் கொள்கிறார்கள்.

சுதந்திரமாக இருக்க யாருமே விரும்புவதில்லை.

'பற்றையெல்லாம் விட்டுவிடு' என்று உபதேசிக்கிறவர்களும் விடுதலைக்கு வழிகாட்ட வில்லை. மற்றொரு சிறையையே பரிந்துரைக்கிறார்கள். 'பற்றற்றான் பற்று' என்ற சிறையை.

விடுதலை என்று சொல்லும் போது நாம் விரும்புவது எல்லாத் தளைகளிலிருந்தும் விடுபடும் விடுதலையை அல்ல; நாம் விரும்பாத விலங்குகளிலிருந்து விடுபடும் விடுதலையைத்தான்.

உண்மையில் சுதந்திரம் என்பது சிறைகளைச் சுயமாகத் தேர்ந்தெடுக்கும் உரிமைதான்.

சில சிறைகளை நாம் தேர்ந்தெடுக்கிறோம். சில சிறைகள் நம்மைத் தேர்ந்தெடுக்கின்றன.

சில விலங்குகள் பிதுரார்ஜிதமாகக் கிடைக்கின்றன. சில விலங்குகளை நாமே தயாரித்துக்கொள்கிறோம்.

நாம் சொந்தச் சிறைகளின் கைதிகளாக இருப்பதையே விரும்புகிறோம்.

உலகத்தில் நடக்கும் விவாதமெல்லாம் எந்தச் சிறை சிறந்தது என்பதைப் பற்றித்தான்.

மனிதர்களின் பிரச்சினையெல்லாம் சொந்த விலங்குகளைத் தயாரித்துக்கொள்ளும் உரிமை பற்றிய பிரச்சினைதான்.

உங்களுக்குச் சிறகுகள் வேண்டுமா? பட்டுப் பூச்சியைப்போல் நீங்களே கட்டிய கூட்டுக்குள் சிறையிருக்கக் கற்றுக்கொள்ளுங்கள்.

நீங்கள் நறுமணமாக வேண்டுமா? காற்றைப் போல் இதழ்களுக்குள் கைதியாக இருக்கத் தெரிந்து கொள்ளுங்கள்.

நீங்கள் அணையாமல் ஒளி வீச வேண்டுமா? சுடரைப் போல் ஒரு சிம்னிக்குள் சிறைப்பட ஒப்புக் கொள்ளுங்கள்.

உங்களிடம் பூக்கள் மலர வேண்டுமா? நீரைப் போல் கரைகளுக்குக் கட்டுப்படக் கற்றுக்கொள்ளுங்கள்.

நீங்கள் தேர்ந்தெடுக்கும் சிறைகளைப் பற்றி எச்சரிக்கையாயிருங்கள். ஏனென்றால் உங்களுடைய பெருமையெல்லாம் நீங்கள் எந்தச் சிறையின் கைதி என்பதைப் பொறுத்திருக்கிறது.

18-6-86

✳

பரிபூரணத்தைத் தேடி...

மனிதன் கலைகளை ஏன் படைத்தான்?

இறைவன் பிரபஞ்சத்தை ஏன் படைத்தானோ அதே காரணம்தான்.

இறைவன் அறியப்படாத மர்மமாக இருந்தான். அவன்

தன்னை வெளிப்படுத்த விரும்பினான். பிரபஞ்சத்தைப் படைத்தான்.

மனிதனும் மர்மமானவன்தான். அவனும் தன்னை வெளிப்படுத்த விரும்பினான். கலைகளைப் படைத்தான்.

இறைவன் தன்னைக் காண விரும்பியே பிரபஞ்சத்தைப் படைத்தான்.

மனிதனும் தன்னைக் காண விரும்பியே கலைகளைப் படைத்தான்.

பிரபஞ்சம் இறைவனுக்குக் கண்ணாடி. கலைகள் மனிதனுக்குக் கண்ணாடி.

இறைவன் பிரபஞ்சத்தைப் படைக்காமல் இருக்க முடியாது.

மனிதனும் கலைகளைப் படைக்காமல் இருக்க முடியாது.

படைப்பது என்பது இருவருக்கும் இயல்பானது.

மனிதன் இறைவனின் பிரதிநிதி என்பதற்கு படைப்பாற்றல் ஒரு சான்று.

பிரபஞ்சம் இறைவனின் கலை. கலை மனிதனின் பிரபஞ்சம்.

ஆண்டவன்தான் ஆதிக் கலைஞன்.

அவன் பிரபஞ்சத்தைக் கற்பனை செய்து படைத்தான். அங்கே கவிதைக் கலை பிறந்தது.

ஒவ்வொரு பொருளுக்கும் ஒரு வடிவத்தைக் கொடுத்தான். அங்கே சிற்பக் கலை பிறந்தது.

அவன் தன் படைப்புகளுக்கு விதவிதமான வர்ணங்கள் தீட்டினான். அங்கே ஓவியக் கலை பிறந்தது.

அண்ட சராசரங்களை இயக்கினான். அந்த இயக்கத்தில் பிரபஞ்ச கானம் புறப்பட்டது. அங்கே இசைக்கலை பிறந்தது.

நம்மை பூமியில் நடமாட விட்டான். அங்கே நாடகக் கலை பிறந்தது.

மனிதனின் வயிறு பசித்தது. தொழில்கள் பிறந்தன.

அவன் இதயம் பசித்தது. கலைகள் பிறந்தன.

மனிதன் தன் உணவுக்காகத் தொழில்களை உருவாக்கினான். தன்னைப் பரிமாறுவதற்காகக் கலைகளை உண்டாக்கினான்.

கலை என்பது ஒரு கலகம். ஒடுக்கப்பட்ட உணர்ச்சிகளின் கலகம்.

கலை என்பது ஒரு புரட்சி. மனிதன் தன்னைத்தானே புதுப்பித்துக் கொள்ளும் புரட்சி.

கலை என்பது ஒரு விடுதலைப் போராட்டம். உடலில் சிறை வைக்கப்பட்டிருக்கும் ஆன்மாவின் விடுதலைப் போராட்டம்.

கலை இதயத்தின் தல யாத்திரை. அறிவின் ஞான நீராட்டு.

மனிதன் கலைகளை இயற்கையிலிருந்தே கற்றுக் கொண்டான்.

ஆனால் சிலர் சொல்வதைப் போல் அவன் இயற்கையைப் பிரதி எடுப்பதில்லை.

இயற்கைப் புத்தகத்தில் ஏற்பட்டுவிட்ட அச்சுப்

பிழைகளைக் கலைஞன் திருத்துகிறான்.

பரிபூரணத்தை நாடும் கலைஞனின் மனம் இயற்கையில் இருக்கும் குறைகளை நீக்கி அதற்கு அழகை உண்டாக்குகிறது.

ஊமை இயற்கைக்குக் கலைஞன் நாவாக இருக்கிறான்.

கலைஞன் படைக்கும் நிலாவில் களங்கம் இருப்பதில்லை.

கலைஞன் படைக்கும் சூரியன் அஸ்தமனம் ஆவதில்லை.

கலைஞன் படைக்கும் பூ வாடி உதிர்வதில்லை.

கலைஞன் படைக்கும் குயில் இளவேனிலில் மட்டுமே பாடுவதில்லை.

கலைஞன் படைக்கும் பெண் கோர நர்த்தனம் ஆடுவதில்லை.

கலைஞன் படைக்கும் மனிதன் சாவதில்லை.

கலைஞன் யதார்த்தத்தைப் பிரதிபலிப்பதில்லை. அவன் யதார்த்தத்தின் மீது தன் உணர்ச்சித் தூரிகையால் இலட்சிய வர்ணங்களைத் தீட்டுகிறான். கனவிலிருந்து நெய்த ஆடையை உடுத்துகிறான்.

இயற்கைப் பொருள்கள் ஒரு மூல வடிவத்தின் நிழல்கள். கலைஞன் இந்த நிழல்களால் நிஜத்தை அறிய முயல்கிறான்.

கலைஞன் படைக்கும் போது இறைவனை நெருங்குகிறான்.

கலை என்பது இறைவனைத் தேடி ஆன்மா புறப்படும் பயணம்தான்.

கலைஞனின் படைப்புகள் இறைவன் எட்டிப் பார்க்கும் சாளரங்களாக இருக்கின்றன.

கலை படைப்பின் அந்தரங்கத்தை அறிகிறது. எனவே அது வழிபாடாகிறது.

மனிதன் படைப்பின் சாரம். கலை மனிதனின் சாரம்.

கலை மனிதன் தன்னிடத்திலிருந்தே தேன் எடுத்துச் சேகரித்து வைக்கும் தேன்கூடு.

கலை மனிதன் எப்போதும் இளமையாக இருக்க உண்ணும் காயகல்பம்; சாகாமல் இருக்க அருந்தும் அமிர்தம்.

கலை ஒரு வாசல். மனிதன் அதைத் திறந்துகொண்டு வெளியே புறப்படுகிறான்; எல்லையற்ற இன்பத்தைத் தேடி... பரிபூரணத்தைத் தேடி...

11-1-95

எழுதுகோல்களுக்கு ஓர் அழைப்பு

இது சிலுவைப்பாட்டுக் காலம்.

மனித குலத்தை ரட்சிக்க தேவனால் அனுப்பப்பட்ட எல்லாம் சிலுவை அறையப்படுகின்றன - அன்பு, சத்தியம், அழகு எல்லாம்.

நாம் இந்தக் குற்றத்திற்கு வெறும் மௌன சாட்சிகளாக மட்டுமே இருக்கப் போகிறோமா?

கள்ளம் கபடமற்ற ரத்தம் சிந்தப்படுவதை மற்றொரு புதிய ஏற்பாடாகப் பதிவு செய்யும் எழுத்தாளர்களாக மட்டுமே இருக்கப் போகிறோமா?

நாம் சமூகத்தின் மனசாட்சி அல்லவா? அப்படியாயின் வாக்குப் பெட்டிகளின் காட்டுமிராண்டிக் கூச்சலுக்கு மேலாக நம் குரல் ஏன் எழுவதில்லை?

நாம் இதயங்களை ஆளுபவர்கள் அல்லவா? ஆனால் ஆட்சிக் கலைப்புக்கு அஞ்சுகிறோமே ஏன்?

அதிக விற்பனைப் புத்தகங்களை உற்பத்தி செய்வதற்காக நம்மை நாமே விற்றுக் கொண்டிருக்கவில்லையா?

நாம் குருச்சேத்திரத்தில் நின்றுகொண்டிருக்கிறோம். நம் எழுதுகோல் சங்காகவும் இருக்கட்டும்; புல்லாங்குழலாகவும் இருக்கட்டும்.

பிருந்தாவனத்தின் ராசலீலைக்காக ஒரு சங்காரம் தேவைப்படுகிறது.

நம் மை நோவா காலத்துப் பிரளயமாகட்டும். அதே நேரத்தில் நம் எழுதுகோல் நோவாவின் பேழைக்குப் புதிதாகப் பறிக்கப்பட்ட ஆலிவ் இலையையும் கொண்டு வரட்டும்.

மூடர்கள் இன்னும் கூடச் சுமந்துகொண்டு திரியும் அழுகிய பிணங்களை ஆழக் குழி தோண்டிப் புதைக்கும் வெட்டியான்களாக நாம் இருப்போம்.

இறைவனுக்கு ரத்தாபிஷேகம் செய்யும் மதங்களை நிராகரிக்கும் நாத்திகர்களாக இருப்போம்.

ஆனால் அதே நேரத்தில் இறைவனுடைய வீட்டை விட மனிதர்களின் வீடுகளுக்காக அதிக அக்கறை காட்டும் மதத்தின் குருட்டு அடியாராகவும் இருப்போம்.

நம் பேனா, காரணங்களை விட்டு விட்டுக் குற்றங்களை தண்டிக்கும் நீதிபதிகளுக்கு மரண தண்டம் விதிக்கட்டும்.

சந்தையில் விற்பதற்காக இழுத்துச் செல்லப்பட்ட கலைமகளை மீண்டும் அவளுடைய வெள்ளைத் தாமரைக்குக் கொண்டு வருவோம்.

அரசியல்வாதிகளைப் பிரசவிக்காமல் மனிதர்களைப் பிரசவிக்க வாக்குப் பெட்டிகளுக்குக் கற்றுக் கொடுப்போம்.

தேசங்களின் எல்லைக் கோடுகளை மதிக்காமல் பரந்த வானத்தில் தேவ கானத்தைப் பாடும் வானம்பாடிகள் அல்லவா நாம்?

ஆனால் ஒரு தானியத்துக்காக ஜோதிடச் சீட்டை எடுத்துத்தரும் கூண்டுக் கிளிகளாக நாம் நடந்து கொண்டிருக்கவில்லையா?

சகோதரர்களே! நம் சொற்கள் சவங்களுக்கு பிரமிடுகள் கட்டும் கற்களாக வேண்டாம்.

நம்முடைய மக்களோ உறங்கிக் கொண்டிருக்கிறார்கள். நாமோ பள்ளி எழுச்சி பாடாமல் தாலாட்டையே பாடிக்கொண்டிருக்கிறோம்.

வாருங்கள்! மற்றொரு சுதந்திரப் போராட்டத்தைத் தொடங்குவோம்.

அன்னிய விலங்குகளிலிருந்து அவர்களை விடுவித்து விட்டோம். சுதேச விலங்குகளிலிருந்து அவர்களை விடுவிப்போம்.

(திருவனந்தபுரத்தில் 13.1.91 அன்று நடந்த தென்னிந்திய எழுத்தாளர் மாநாட்டில் தலைமை ஏற்றபோது படித்த ஆங்கிலக் கவிதையின் தமிழாக்கம்)

✺

பான்சாய் மனிதர்கள்

கிரேக்கர்கள் வரைவிலக்கணம் (definition) கூறுவதில் வல்லவர்கள். அவர்களில் சிலருக்கு ஒரு வருத்தம் இருந்தது.

'உலகத்தில் உள்ள எத்தனையோ பொருள்களுக்கு நாம் வரைவிலக்கணம் வகுத்துவிட்டோம். ஆனால் மனிதனுக்கு இதுவரை ஒரு வரைவிலக்கணம்

வகுக்கவில்லையே. மற்றவற்றைப் பற்றியெல்லாம் விளக்கம் கூறிய நாம், நம்மைப் பற்றி விளக்கம் கூறாதது பெருங் குறையல்லவா?' என்று எண்ணினார்கள்.

எப்படியும் மனிதனுக்கு ஒரு வரைவிலக்கணம் கண்டே தீருவது என்று தீர்மானித்தார்கள். அதற்கென்று ஒருநாள் முடிவு செய்யப்பட்டது.

அந்த நாளில் கிரேக்கத்தின் மிகப் பெரும் அறிஞர்கள் எல்லோரும் ஓரிடத்தில் கூடினர். அன்று மனிதனுக்கு ஒரு வரைவிலக்கணம் காணாமல் எழுந்து போவதில்லை என்று உறுதி செய்து கொண்டனர்.

நிகழ்ச்சி தொடங்கியது. ஒவ்வொருவராக எழுந்து தாம் சிந்தித்துக் கண்ட வரைவிலக்கணத்தைச் சொல்லத் தொடங்கினார்கள். ஆனால் ஒவ்வொரு வரைவிலக்கணத்திலும் ஏதாவது ஒரு குறை இருந்தது.

நேரம் கழிந்துகொண்டிருந்தது. ஆனால் ஒருவராவது சரியான வரைவிலக்கணம் தர முடியவில்லை.

இறுதியாக ஒருவர் எழுந்தார்.

'மனிதனைப் பற்றிச் சரியான வரைவிலக்கணத்தை என்னால் சொல்ல முடியும் என்று நினைக்கிறேன்' என்றார்.

'சொல்லுங்கள்' என்று மற்றவர்கள் ஆவலோடு கேட்கத் தயாரானார்கள்.

அவர் சொன்னார்:

மனிதன் என்பவன் இருகால் பிராணி.

மற்றவர்கள் சிந்தித்துப் பார்த்தார்கள். அந்த வரைவிலக்கணம் அவர்களுக்குச் சரியாகப் பட்டது.

அதையே மனிதனுக்கான வரைவிலக்கணமாக ஏற்றுக் கொள்ளலாம் என்று முடிவு செய்தார்கள்.

அப்பொழுது ஒருவர் எழுந்தார்.

'கொஞ்சம் பொறுங்கள். அதற்குள் அவசரப்பட்டு முடிவு எடுத்துவிட வேண்டாம். எனக்கு ஓர் ஐந்து நிமிடம் அவகாசம் கொடுங்கள். இதோ வந்து விடுகிறேன்' என்று கூறிவிட்டு வெளியில் போய்விட்டார்.

ஐந்து நிமிடம் கழித்து உள்ளே வந்தார். அவர் கையில் ஏதோ ஒன்று துணியால் மூடப்பட்டிருந்தது.

'உங்கள் கையில் நீங்கள் துணியால் மறைத்து வைத்திருப்பது என்ன?' என்று கேட்டார்கள்.

'மனிதன்!' என்றார் அவர்.

துணியை விலக்கித் தான் கொண்டு வந்திருந்ததை அவர்களுக்கு நடுவில் வைத்தார்.

எல்லோரும் திடுக்கிட்டார்கள்.

அது ஒரு கோழி!

'இது கோழியல்லவா? இதை எப்படி மனிதன் என்கிறீர்கள்?' என்று கேட்டார்கள்.

அவர் சொன்னார்:

நான் சொல்லவில்லை. உங்கள் வரைவிலக்கணம் சொல்லுகிறது. இது ஓர் இருகால் பிராணி அல்லவா?

எல்லோருடைய முகத்திலும் அசடு வழிந்தது. அந்த வரைவிலக்கணத்தைச் சொன்னவருக்கு அவமானமாகப் போய்விட்டது.

அவர் எழுந்தார். 'நான் சொன்ன வரைவிலக்கணத்தில் குறை இருப்பதை ஒப்புக்கொள்கிறேன். அந்தக் குறையைத் திருத்திச் சரியான வரைவிலக்கணம் இப்போது சொல்லுகிறேன்' என்றார்.

'சொல்லுங்கள்' என்றார்கள்.

அவர் சொன்னார்:

மனிதன் என்பவன் இறகுகளற்ற இருகால் பிராணி.

'இது கோழியையும் விலக்கிவிட்டது. இப்போது இது சரியாக இருக்கிறது. ஏற்றுக் கொள்ளலாம்' என்று தீர்மானித்தார்கள்.

கோழிக்காரர், 'அதற்குள் அவசரப்படாதீர்கள். மீண்டும் எனக்குப் பத்து நிமிடம் அவகாசம் கொடுங்கள்' என்று வெளியே சென்றார்.

மறுபடியும் அவர் வந்தபோது முன்போலவே கையில் துணியால் மறைத்து ஏதோ வைத்திருந்தார்.

'இப்போது என்ன கொண்டு வந்திருக்கிறீர்கள்?' என்றார்கள்.

'உங்கள் மனிதனைத்தான்!' என்று கூறித் துணியை விலக்கிக் கொண்டு வந்திருந்ததைக் காட்டினார்.

அதே கோழி! ஆனால் ஓர் இறகு கூட இல்லை. எல்லா இறகுகளும் பிடுங்கப்பட்டிருந்தன.

'இதோ! இறகுகளற்ற இருகால் பிராணி. அதாவது உங்கள் வரைவிலக்கணப்படி மனிதன்!' என்றார் குறும்புச் சிரிப்போடு.

சபை அதோடு கலைந்தது. ஆனால் கலைவதற்கு முன் ஏகமனதாக ஒரு முடிவெடுத்தார்கள்.

'மனிதனுக்கு வரைவிலக்கணம் காண முடியாது.'

இப்படி முடிவெடுத்ததன் மூலம் கிரேக்கர்கள் தம்மை அறிஞர்கள் என்று மீண்டும் நிரூபித்துக் கொண்டார்கள்.

ஆம். எந்த வரைவிலக்கணத்துக்குள்ளும் மனிதனை அடக்க முடியாது. அதுதான் அவன் மகத்துவம்.

எந்த அளவுகோலாலும் அவனை அளக்க முடியாது. ஏனென்றால் அவன் அளவுகோல்களை விடப் பெரியவன். அதுதான் அவன் பெருமை.

அறிவியல் மனிதனை வெறும் பௌதிகப் பண்டமாக மட்டுமே பார்க்கிறது. அதனால் அப்படித்தான் பார்க்க முடியும். ஏனென்றால் அறிவியலின் பார்வையும் பௌதிகமானதுதான்.

படைப்பு எல்லாம் முரண்பட்ட இரண்டு தத்துவங்களால் ஆனவையே. மனிதனும் அப்படித்தான்.

அவன் ஒரு பக்கம் பௌதிகத்தையும் மறுபக்கம் அபௌதிகத்தையும் சுமக்கும் காவடியாக இருக்கிறான்.

தெரிந்ததைக் கொண்டு மட்டுமல்ல, தெரியாததைக் கொண்டும் அவன் படைக்கப்பட்டிருக்கிறான். அதனால்தான் அவனை முழுமையாக அறிந்துகொள்ள முடிவதில்லை.

பிரபஞ்சம் என்ற பெருங்கடலில் மிதக்கும் பனி மலைதான் மனிதன். தெரிவது கொஞ்சம்; தெரியாததே அதிகம்.

ஆனால் என்ன நடக்கிறது?

இந்த வெளியே தெரிவதைக் கொண்டு மனிதனுக்கு வரைவிலக்கணம் வகுக்கப்படுகிறது.

வகுப்பது யார்?

மூட மத பீடங்கள்; அரசியல் அதிகார அமைப்புகள்; சுயநல ஆதிக்க சக்திகள்; ஒரு பக்க வாத அஞ்ஞானக் கொள்கைகள்.

இந்த சக்திகளுக்கு வேண்டியதெல்லாம் தங்கள் ஆணைகளுக்குக் கட்டுப்பட்டு நடக்கும் அடிமைகள்; சுதந்திரமான மனிதர்கள் அல்லர்.

ஏனெனில் சுதந்திரமான மனிதர்கள் தங்கள் பரிணாம விகசிப்புக்குத் தடையாக இருக்கும் இந்த மானுட விரோத சக்திகளுக்கு எதிராகக் கலகக் கொடி ஏந்துவார்கள்.

எனவே இந்த சக்திகள் சுதந்திரமான ஒரு பரிபூரண மனிதன் வெளிப்பட்டு விடாதபடி மானுடத்தின் ஊற்றுக் கண்களைத் தூர்த்து விடுகின்றன.

எனவே இந்த சக்திகள் தங்களுக்கு வேண்டிய எடுபிடி வேலைகளைச் செய்யும் ரோபாட்டுக்களாகவே மனிதர்களைத் தயாரிக்கின்றன.

மனிதன் இயற்கையின் அந்தரங்க சக்திகளில் வேர் பாய்ச்சிப் பரிபூரணத்தின் அகண்டத்தை நோக்கிக் கிளைகளைப் பரப்பும் பிரும்மாண்டமான மரம். இன்னும் வெளிப்படாத அவனுடைய பூக்களில் வருங்காலத்திற்கான மகரந்தம் இருக்கிறது.

ஆனால் என்ன நடக்கிறது?

மனிதன் அவனுடைய மண்ணிலிருந்து வேரோடு பிடுங்கப்படுகிறான். சின்னச் சின்னத் தொட்டிகளில் நடப்படுகிறான்.

மேலே மேலே என்று வளரும் வேட்கை கொண்ட அவன் கிளைகள் வளர வளர வெட்டபபடுகின்றன.

மனிதனும் பான்சாய் மரமாக்கப்படுகிறான்.

இதில் மிகப் பெரிய அவலம், இது தனக்கு நேர்ந்திருக்கிறது என்று மனிதனே அறியாமல் இருப்பதுதான்.

வாழ்க்கை என்பது மனிதன் ஆடும் கண்ணாமூச்சி விளையாட்டு.

இந்த விளையாட்டில் ஒளிந்து கொண்டிருப்பவனும் அவனே; தேடிக் கொண்டிருப்பவனும் அவனே.

அவனுக்குள்ளேயே அவன் ஒளிந்து கொண்டிருப்பதால்தான் அவனை அவனே கண்டுபிடிக்க முடிவதில்லை.

அதனால் மனிதன் என்று தனக்குக் காட்டப்படுவதையே அவன் பிடித்துக் கொள்கிறான்.

இது அவனுக்குச் சுலபமாகவும், தொந்தரவில்லாமலும் இருக்கிறது.

எனவே ஊரோடு ஒத்துப் போகிறான். உடல் பசிகளைத் தணிப்பதற்காகப் பாடுபடுகிறான். வாரிசாகச் சில உடல்களை உற்பத்தி செய்கிறான். வேளை வந்தால் செத்துப் போகிறான்.

வாழ்கின்ற போதும் சர்க்கஸ் யானையைப் போலத் தன்னைக் கஷ்டப்பட்டு ஒடுக்கிக் கொண்டு, தனக்குக் காட்டப்படுகின்ற முக்காலி மீது அசையாமல் உட்கார்ந்து கொள்கிறான்.

குரங்காட்டியின் குரங்கைப் போலத் தனக்குத் தீனி தரும் எஜமானின் வயிற்றுப் பிழைப்புக்காகவும், வேடிக்கை பார்க்கும் ஜனங்களின் சந்தோஷத்திற்காகவும் கரணங்கள் போடுகிறான்.

இப்படியாகத்தான் மனிதன் தன்னைத் தானே அழித்துக் கொள்கிறான். வாழ்க்கை என்பது அவனுக்கான தற்கொலையாகிப் போகிறது.

இதோ! நடமாடிக் கொண்டிருக்கிறார்களே, இவர்களை உற்றுப் பாருங்கள்.

பார்ப்பதற்கு இவர்கள் மனிதர்களைப் போல் இருக்கிறார்கள். ஆனால் இவர்கள் மனிதர்கள் அல்லர்.

யாரோ இட்ட பணிகளைச் செய்யும் ரோபாட்டுகள்!

ஏதோ கைகள் இயக்கத் தங்கள் அங்கங்களை ஆட்டும் பொம்மலாட்டப் பாவைகள்!

ஒரு சுலபமான நாவலுக்கான ஸ்ட்டீரியோ டைப் பாத்திரங்கள்!

வெறும் ஜெராக்ஸ் காப்பிகள்!

பான்சாய் மனிதர்கள்!

அரசியல் சுதந்திரம்தான் விடுதலை என்கிறார்கள் சிலர்; பொருளாதாரச் சுதந்திரம்தான் விடுதலை என்கிறார்கள் சிலர்.

இல்லை. மனிதனுக்குள்ளேயே சிறைப்பட்டிருக்கும் மனிதனை விடுவிப்பதே உண்மையான விடுதலை.

10-8-94

*

காகிதப் பூக்கள்

நூலகத்திற்குள் நுழையும் போதெல்லாம் மனம் வசந்த காலத்துப் பூவனத்தில் நுழையும் வண்டைப் போல் பாடுகிறது.

புத்தகங்களே எனக்குப் பூக்கள்.

காகிதப் பூக்கள்தான். ஆனால் இந்தப் பூக்களில் கிடைப்பது போன்ற தேன் வேறு எந்தப் பூக்களிலும் கிடைப்பதில்லையே.

புதுக்கவிதைப் புத்தகமும் பூ மரத்து நிழலும் மதுக் கிண்ணமும் மதி முகத்து மங்கையும் இருந்தால் போதும். பாலைவனமும் சொர்க்கமாகிவிடும் என்று உமர்கய்யாம் சொன்னதாகச் சொல்கிறார்கள்.

புத்தகம் ஒன்று போதாதா? மற்ற மூன்றும் எதற்கு?

புத்தகமே நிழல் தரும் மரமாக, போதை தரும் மதுவாக, மதன சுகம் தரும் மங்கையாக இருக்கிறதே!

புத்தகத்தைப் போல மனம் இளைப்பாறும் நிழலை மரம் தர முடியுமா?

பூ மரத்திற்கு இலையுதிர் காலமுண்டு. அப்போது அதற்கேது நிழல்?

புத்தகத்திற்கு இலையுதிர் காலம் ஏது? அதற்கு எப்போதும் இளவேனில் அல்லவா?

புத்தகத்தைப் போல் போதை தரும் மது உலகத்தில் உண்டா?

மதுவின் போதை மயக்கத்தில் முடியும். புத்தகத்தின் போதை மயக்கங்கள் தெளிவடைவதில் முடியும்.

புத்தகத்தைப் போல எப்போதும் இணங்குகிற, எந்தப் பிரச்சினையும் இல்லாத காதலியாக எந்தப் பெண்ணால் இருக்க முடியும்?

ஒரு நல்ல புத்தகம் இருந்துவிட்டால் பாலைவனம் என்ன, நரகம் கூட சொர்க்கமாகிவிடுமே!

புத்தகம் ஒரு பொய்கை. மனம் அதில் நீராடித் தூய்மை அடைகிறது.

புத்தகம் பரிமாறப்பட்ட இலை. அறிவு அதில் பசியாறுகிறது.

ஒவ்வொரு நல்ல புத்தகமும் ஒரு தேன் கூடு. ஆயிரம் பூக்களின் தேன் அதில் சேகரிக்கப்பட்டிருக்கிறது.

ஒவ்வொரு புத்தகமும் ஓர் உயில். அதில் நம் முன்னோர்களின் மூளைச் செல்வங்கள் நாம் அனைவருக்கும் உரிமையாக்கப்பட்டிருக்கிறது.

ஒரு புத்தகத்தைத் திறப்பவன் ஒரு புதையல் குகையின் வாசலைத் திறக்கிறான்.

ஒரு புத்தகத்தைப் பெறுகிறவன் யாரோ ஒருவருடைய ஆயுள் அனுபவங்களைப் பெறுகிறான்.

ஒரு பிறவியில் பல பிறவிகளின் வாழ்க்கையைப் புத்தகங்கள் தந்துவிடுகின்றன.

புத்தகங்களின் பக்கங்கள் வெறும் காகிதங்கள் அல்ல. அவை நாம் அறியாத உலகங்களுக்குப் பறந்து செல்ல உதவும் சிறகுகள்.

புத்தகங்கள் அதிசயமான பரத்தைகள். எத்தனையோ காமுகக் கண்களோடு கலவி செய்தாலும் அவற்றின் கற்பு கெடுவதே இல்லை.

நூல்கள் —

இந்த நூல்களால்தான் நம் நிர்வாணத்திற்கான ஆடை நெய்யப்படுகிறது.

இந்த நூல்களால்தான் நம் கிழிசல்கள் தைக்கப்படுகின்றன.

இந்த நூல்களால்தான் நாம் பட்டங்களாகி உயரே பறக்கிறோம்.

இந்த நூல்களால்தான் நாம் அறிவின் கழுத்தில் மூன்று முடிச்சுப் போடுகிறோம்.

எழுத்துக்கள் —

இந்த எழுத்துக்கள் புனித யாத்திரை புறப்பட்ட ஓர் எழுதுகோலின் காலடிச் சுவடுகள்.

இந்த எழுத்துக்கள் ஓர் அபூர்வமான இதயத்தின் வசந்தத்தில் பூத்த மலர்கள்.

இந்த எழுத்துக்கள் சாகாத சிந்தனைகளின் நிழல்கள்.

வெள்ளைத்தாளில் கறுப்பு எழுத்துக்கள்.

வெள்ளை வானத்தில் கறுப்பு நட்சத்திரங்கள்.

ஆனால் சூரியனும் சந்திரனும் கூடத் தர முடியாத வெளிச்சத்தை இந்தக் கறுப்பு நட்சத்திரங்களே நமக்குத் தருகின்றன.

16-12-71

கடனாளிகள்

மனிதன் தனித்து வாழ முடியாது.

அவனுக்கு உடற் பசி மட்டுமல்ல, மனப் பசிகளும் உண்டு.

அதனால் அவனுக்கு உணவு, உடை, உறையுள் என்ற அடிப்படைத் தேவைகள் மட்டுமல்ல, கலை, இலக்கியம், பொழுதுபோக்கு, ஆன்மிகம் என்று

எத்தனையோ தேவைகள்.

இவற்றையெல்லாம் ஒரு மனிதன் தானே செய்து கொள்ள முடியாது.

நாம் உண்ணுகிறோமே, அரிசி. அது ஆயிரக்கணக்கான மனிதர்களின் வியர்வை.

நாம் அணிகிறோமே ஆடை, அதற்காக ஊடும் பாவுமாய் அலைந்தவர்கள் எத்தனை பேரோ?

நாம் வசிக்கிறோமே வீடு, அதன் சுகம் எத்தனையோ பேருடைய சிரமத்தின் பயன்.

நம் உணவை நாமேதான் தயாரித்துக் கொள்ள வேண்டும் என்ற நிலை இருந்தால் நம் வாய்க்கரிசியைக் கூட நம்மால் அடைய முடியாது.

நம் உடையை நாமேதான் தயாரித்துக் கொள்ள வேண்டும் என்ற நிலை இருந்தால் நம்முடைய சவக் கோடியைக் கூட நாம் பெற முடியாது.

நம் வீட்டை நாமேதான் கட்டிக்கொள்ள வேண்டும் என்ற நிலை இருந்தால் நாம் கட்டும் வீடே நமக்குக் கல்லறை ஆகிவிடும்.

இதைத் தெரிந்து கொண்டதால்தான் மனிதன் சமூகம் என்ற அமைப்பை உருவாக்கினான்.

'உனக்கு நான் உதவுகிறேன். எனக்கு நீ உதவு' என்ற அறிவார்ந்த ஒப்பந்தந்தான் சமூக அமைப்பின் அடிப்படை.

சமூகம் என்ற அமைப்பு ஏற்பட்ட பின்னால்தான் மனிதன் நாகரிகப் படிகளில் வேகமாக ஏறினான்.

மனிதன் எழுத்தைப் போன்றவன். அவன் மற்ற மனிதர்களோடு அச்சுக் கோத்துக் கொண்டு வாக்கியமாகும் போதுதான் அர்த்தம் பெறுகிறான்.

தனி மனிதன் நீர்த் துளி போன்றவன். அவன்

மற்றவர்களோடு சேர்ந்து சமுத்திரமாகும் போதுதான் மாபெரும் சக்தியைப் பெறுகிறான்.

நம்முடைய முயற்சி எதுவுமின்றியே நாம் சமூகத்தின் உறுப்பினர் ஆகிவிடுகிறோம்.

மனிதனாகப் பிறப்பதே அதற்கான அனுமதி ஆகிவிடுகிறது.

நாம் இந்த உலகத்திற்கு வரும் முன்பே நமக்கு வேண்டியதையெல்லாம் கையில் வைத்துக் கொண்டு காத்திருக்கிறது சமூகம்.

சமூகம் என்ற ஓர் அமைப்பு உருவாகாமல் இருந்திருந்தால் நாமும் நம்முடைய ஆதி மூதாதையர் போல இடுப்பில் இலை தழைகளைக் கட்டிக்கொண்டு, இருட்டுக்கும் இடிக்கும் பயந்துகொண்டு, பசி எடுக்கும் போதெல்லாம் காட்டில் மான்களைத் துரத்திக் கொண்டு ஓட வேண்டியிருந்திருக்கும்.

இன்று நாம் அனுபவிக்கும் ஒவ்வொரு வசதியும், ஒவ்வொரு சுகமும் நம்முடைய முன்னோர் விதை நட்டு வியர்வை பாய்ச்சி வளர்த்த சமூகம் என்ற மரத்தின் கனிகளே.

நாம் ஒவ்வொருவரும் சமூகத்திற்குக் கடன் பட்டிருக்கிறோம்.

சமூகத்திலிருந்து பெறுகிற நாம் அதற்குத் தரவும் கடன்பட்டிருக்கிறோம்.

நதி தன் நீரைத் தானே குடிப்பதில்லை.

மரம் தன் கனிகளைத் தானே உண்பதில்லை.

மலர் தன் தேனைத் தானே சுவைப்பதில்லை.

விளக்கு தன் வெளிச்சத்தைத் தனக்காக வைத்துக் கொள்வதில்லை.

மனிதன் மட்டுமே தன்னுடையதைத் தான் மட்டுமே அனுபவிக்க வேண்டும் என்று நினைக்கிறான்.

அவன் தன்னுடையவை என்று நினைப்பவை உண்மையில் அவனுடையவை அல்ல என்பது அவனுக்குத் தெரிவதில்லை.

மனிதன் அடையும் ஒவ்வொன்றும் சமூகத்திலிருந்து பெற்றதுதான்.

ஒருவருக்கொருவர் உதவிக்கொண்டு வாழ்வது என்பதுதான் சமூகத்தின் ஆதார விதி.

இந்த விதியை ஏற்றுக் கொள்ளாதவனுக்கு சமூகத்தில் இடமில்லை.

அவன் சமூகப் பிரஷ்டம் செய்யப்பட வேண்டியவன்.

சமூகத்திலிருந்து பெறுகிறவன் திருப்பித் தரக் கடன் பட்டிருக்கிறான்.

இந்தக் கடனை எப்படித் திருப்பித் தருவது?

நீங்கள் எந்த வேலையைச் செய்தாலும், அது எந்த வகையிலாவது சமூகத்திற்குப் பயன்படக் கூடியதா என்று சிந்தித்துப் பாருங்கள்.

பயன்படக் கூடியது என்றால் செய்யுங்கள். இதனால் நீங்கள் கடனை அடைப்பவர்கள் ஆவீர்கள்.

பயன்படாது; தீமைதான் விளையும் என்றால் செய்யாதீர்கள். அப்போதும் நீங்கள் கடனை அடைப்பவர்கள் ஆவீர்கள்.

ஒரு சமூக அநீதி நடக்கிறதென்றால் அதைத் தடுக்க முயலுங்கள். நீங்கள் கடனை அடைப்பவர்கள் ஆவீர்கள்.

வயிற்றுக்குப் பசிக்கிறது என்பதற்காக வாய் உணவு உண்கிறது. நீங்களும் வாயாக இருங்கள். கடனை அடைப்பவர்கள் ஆவீர்கள்.

உடலுக்கு நோய் என்றால் வயிறு பத்தியம் இருக்கிறது. நீங்களும் வயிறாக இருங்கள். கடனை அடைப்பவர்கள் ஆவீர்கள்.

கைகள் கனி பறிப்பதற்காகக் கால்கள் மரத்தை நோக்கி நடக்கின்றன. நீங்களும் கால்களாக இருங்கள். கடனை அடைப்பவர்கள் ஆவீர்கள்.

இடையில் இருக்கும் உடை நழுவும் போது கை விரைந்து சென்று காப்பாற்றுகிறது. நீங்களும் கையாக இருங்கள். கடனை அடைப்பவர்கள் ஆவீர்கள்.

மூளை வெளிச்சம் பெறுவதற்காகக் காது அறிவுரை கேட்கிறது. நீங்களும் காதாக இருங்கள். கடனை அடைப்பவர்கள் ஆவீர்கள்.

உடலில் எந்த உறுப்பு காயம் பட்டாலும் கண் அழுகிறது. நீங்களும் கண்ணாயிருங்கள். கடனை அடைப்பவர்கள் ஆவீர்கள்.

உங்களுக்கு அறிமுகம் அற்றவனை அன்னியன் என்று நினைக்காதீர்கள். யாரையும் பகைவன் என்று வெறுக்காதீர்கள்.

உங்களுக்கும் தெரியாமல் இவர்களுடைய வியர்வை உங்கள் வயல்களுக்குப் பாய்ந்திருக்கலாம்.

பகைவனையும் நேசிப்பது என்பது ஏதோ பெரிய தெய்விகப் பண்பு என்று நினைக்காதீர்கள். அது நீங்கள் செலுத்த வேண்டிய கடன்.

பொதுநலம் செய்கிறோம் என்று பூரிப்படையாதீர்கள். நீங்கள் கடனைத்தான் செலுத்திக் கொண்டிருக்கிறீர்கள்.

மேலும் நீங்கள் பிறருக்குத் தருவது வேறொரு வடிவத்தில் உங்களுக்கே வந்து சேருகிறது.

1.9.94

✳

சுவரில் ஓர் இதயம்

வெளியூர்ப் பயணம் முடிந்து
வீடு திரும்புகிறேன்.

முகம் கழுவிக்கொண்டிருக்கும் போது —

சுவர்க் கடிகாரம் ஒலிக்கிறது,
இன்னும் திறக்கப்படாத
என் படிப்பறையிலிருந்து.

வெறும் ஒலியா அது?
சிணுங்கல்
முறையீடு.

அவசர அவசரமாக
அறையைத் திறந்து
கடிகாரத்தின் முகத்தைப் பார்க்கிறேன்.

டிக்டிக்... டிக்டிக்...
அந்த மொழி எனக்குப் புரியும்.

'இப்படி என்னைத் தனியாகச்
சிறையில் அடைத்துவிட்டுப்
போய் விட்டாயே!
எவ்வளவு கல் நெஞ்சம் உனக்கு?'

குற்ற உணர்வோடு தலை குனிந்தேன்.

அதற்கும் எனக்கும் இடையே
ஓர் அந்தரங்கமான உறவு.

எல்லோரும் உறங்கிவிட்ட பிறகு
இரவின் தனிமையில்
எனக்குத் துணையாக இருக்கும் ஜீவன்.

ஆம். ஜீவன்தான்!

அதற்கு இதயத் துடிப்பு உண்டு.
அதற்குப் பேசவும் தெரியும்.

இதயத் துடிப்பே
அதன் மொழி.

டிக்... டிக்...
இரண்டே வார்த்தைதான்.

ஆனால் இந்த இரண்டு வார்த்தைகளில்
எவ்வளவோ விஷயங்களைப் பேச
அதனால் முடியும்.

மணி சொல்லும் போது மட்டும்
உற்சாகத்தில்
அதன் பேச்சு பாட்டாகிவிடும்.

அந்தப் பாட்டில்தான்
எத்தனை வகையான அர்த்தங்கள்!

சில நேரம் ஆணை;
சில நேரம் எச்சரிக்கை;
சில நேரம் நினைவூட்டல்.

'நேரமாகிவிட்டது;
புறப்படு!'

'விழித்தது போதும்;
தூங்கப் போ!'

அதன் பேச்சைத்
தட்ட முடிவதில்லை.

மிகவும் கண்டிப்பான பேர்வழி.

எத்தனையோ முறை
அதன் கருணையற்ற முட்களால்
காயப்பட்டிருக்கிறேன்.

சில நேரங்களில்
அந்த முட்களின் குத்தலை
ஆவலோடு எதிர்பார்ப்பேன்,
ஊசியின் ஸ்பரிசத்திற்காக
ஏங்கும் இசைத் தட்டைப் போல்.

டிக்டிக்... டிக்டிக்...
கடிகாரம் ஒலிக்கிறது.

இது கடிகாரத்தின் ஒலிதானா?
இல்லை,
நாளின் ரத்தம்
கணத் துளிகளாய்ச்
சொட்டும் ஒலியா?

என் ஆயுள் குடம்
ஒழுகும் ஓசையா?

பார்த்த முகங்களையே பார்த்து
வட்டமடிக்கும் வாழ்க்கையில்

சலித்துப்போன முட்களின்
முணுமுணுப்பா?

கால தேவனின் நாம ஜெபமா?

காலனின் காலடி ஓசையா?

யாருக்கென்று சொல்லாமல்
வைக்கப்பட்டிருக்கும்
நேரக் குண்டா?

என் வாழ்க்கையை
நெய்யும் தறி ஓசையா?

இனம் புரியாத விருந்தாளிகள்
கதவு தட்டும் சப்தமா?

என் உண்டியலில்
நாணயங்கள் விழும் ஒலியா?

காலத் தோணியின்
துடுப்போசையா?

என் சுவாசம்
சொல்லும் கதைக்கு
கடிகாரத்தின்
'ஊம்' கொட்டலா?

ஒவ்வொரு நேரத்தில்
ஒவ்வொரு விதமாகத் தோன்றுகிறது.

28-1-86

சொல்லதிகாரம்

உலகத்தில்
நான் மிகவும் பயப்படுவது
சொற்களுக்குத்தான்;
அதிகமாகக்
காதலிப்பதும்
அவற்றைத்தான்.

வசீகரிக்கும்
அந்த விஷக் கன்னிகைகளைப்
பலமுறை முத்தமிட்டுச்
செத்திருக்கிறேன்.

சொற்களைப் பொறுத்தவரையில்
நான் ஒரு கருமி;
கட்டுரை எழுதுவது
— ஏன் கடிதம் எழுதுவதுகூட —
என்னைப் பொறுத்தவரையில்
ஊதாரிச் செலவுதான்.

சொற்களை
நான் பேசும்போது
சில நேரங்களில்
ஆடை அவிழ்ப்பதுபோல்
தோன்றுகிறது;
சில நேரங்களில்
ஆடை உடுத்துவதுபோல்
தெரிகிறது.

சில நேரங்களில்
வாயிலிருந்து
கண்ணீர்த் துளிகள்
சிந்துவதாய்த் தோன்றத்
திடுக்கிட்டிருக்கிறேன்.

என்னுடையவள்
பேசினால்

கார்த்திகை தீபங்கள்
வரிசையாய்ப் பூக்கும்.

அன்றைக்கு ஓர்
அரசியல்வாதி பேசினான்;
வாயிலிருந்து
பிணங்கள் விழுந்து கொண்டிருந்தன.

என்ன இருந்தாலும்
எல்லோரையும் விட
ஆழமாகப் பேசுபவன்
ஊமைதான்!

பலவகைச் சொற்களை
நான் சந்தித்திருக்கிறேன்;
அழகுகளின் குவியலை
'பர்தா'வுக்குள்
மறைத்துக் கொண்டு போகும்
சொற்கள்—

சிவப்பு விளக்குப் பகுதியில்
கிழிந்த புன்னகையால்
அழைக்கும் சொற்கள் —

சோபன அறைக்குள்
மணமாலையோடு
நாணத்தோடு
நுழையும் சொற்கள் —

தலைகளை அறுத்து
மாலை போட்டுக் கொண்டு
கோர நர்த்தனமாடும்
சொற்கள் —

பசித்து அழும் போது
மாராப்பை விலக்கிப்
பாலூட்டும் சொற்கள் —

வெள்ளை ஆடை உடுத்திக்
கண்ணீர் வடிக்கும் சொற்கள் —

☆

எல்லோருக்கும்
எப்படியாவது
ஏதாவது
பேசவேண்டும் என்று
ஆசை.

அந்தி
ஒவ்வொரு நட்சத்திரமாக
எழுத்துக் கூட்டிப்
பழகுகிறது.

இரவு
பிறையாகத்
திக்கி திக்கி
ஒருநாள்
முழுசாக
ஒரு சொல்லை
உச்சரித்து
வெளுத்துப் போகிறது.

பூமி
வசந்தத்தில்
தன் ரகசியங்களையெல்லாம்
மணமும் வர்ணமுமாகப்
பேசித் தீர்த்துவிடுகிறது.

மேகம்
மேடை ஏறிச்
செருமித்
தொண்டையைச்
சரிப்படுத்திக் கொண்டு
இலக்கியச் சொற்பொழிவு
ஆற்றுகிறது.

கடலுக்கு
அப்படி என்ன தான்
மாளாத விஷயமோ?
கரையோடு ஓயாமல்
கதை பேசிக் கொண்டிருக்கிறது.

காற்று
எதிர்ப்படுகிற
எல்லோரிடமும்
தன் குறையைப்
புலம்பி விட்டுப் போகிறது.

ஆறு
காதலனைச்
சந்திக்கப் போகும்
மகிழ்ச்சியை
வெட்கமில்லாமல்
வழியெல்லாம்
பீற்றிக்கொண்டு போகிறது.

உலகத்திலேயே
நான் அதிசயிக்கும்
அமர காதலர்கள்

சொல்லும் பொருளும்தான்.
அவர்களின் சங்கமம்போல்
ஒரு சங்கமம் இல்லை.
பிரியாத காதலர்கள்
அவர்கள்.

என் காதல் கடிதம்
இப்படித்தான் தொடங்கியது:

நான் வெறும் சொல்லே;
நீயே அதன் பொருள்.

26-9-84

வெண்டளை

வெள்ளையனுக்குக்
குளிரடித்தது.

துண்டு துண்டாய்க்
கிடந்த
துணிகளை எடுத்து
ஒட்டுப் போட்டு
சட்டை தைத்து
அணிந்து கொண்டான்.

அதை
'இந்தியா'
என்றார்கள்

கோடை வந்தது
புழுக்கம் தாளாமல்
    அவன்
சட்டையைக்
    கழற்றி எறிந்தான்.

அதை
'சுதந்திரம்'
என்றார்கள்

நம் சரித்திரமே
    விசித்திரமானது.

அடிமைத் தளை
    நம்மை
ஒன்றாகக்
    கட்டிவைத்தது.

விடுதலை
    நம்மைக்
கட்டறுத்துப்
    பிரித்துவிட்டது.

விடுதலை என்பது
    ஒரு
குருட்டு வாள்
    அது
அடிமைத் தளைகளை
    மட்டுமல்ல
அன்புத் தளைகளையும்
    அறுத்துவிட்டது.

வெள்ளையன்
    ஒரு
வெண்டளையாய் இருந்தான்

அதனால் நாம்
ஒரு
வெண்பா ஆனோம்.

வெண்டளை அகன்றது
வெண்பாவின் சொற்கள்
உதிர்ந்து விழுந்தன.

ஒரு 'வெள்ளை' நூல்
தனித்தனி முத்துக்களாக
இருந்த நம்மைக்
கோத்து
மாலை ஆக்கியது.

அந்த நூல்
அறுந்தது
நாம் தரையில்
விழுந்து
சிதறினோம்.

அடிமைத்தனம் என்பது
நம்மைத் தைத்த
ஊசியா?

விடுதலை என்பது
நம்மை வெட்டிய
கத்திரிக்கோலா?

சிறைச் சங்கிலிகளால்
மட்டுமே
இணைபவர்களா நாம்?

சுதந்திரம் என்பது
பஸ்மாசுரன் பெற்ற
வரமா?

இதற்காகவா
நாம்
தவம் செய்தோம்?

சுதந்திரம்
வாங்கத் தெரிந்தது
வைக்கத் தெரிந்ததா?

பூப்பெய்துவதற்கு
முன்பே
தாலி கட்டிக் கொண்டோமா?

ஆங்கிலேயன் கொடுத்தது
சுதந்திரம் மட்டுமல்ல
இந்தியாவும்தான்.

இந்த எல்லைகளோடு
இந்தியா என்றொரு நாடு
எப்போதும் இருந்ததில்லை.

ஆம்
இந்த இந்தியா
வெள்ளையனுக்குப் பிறந்த
பிள்ளை.

ஆனால் நாம்
தந்தை உரிமை
கொண்டாடினோம்.

அதனால்தான்
இந்தப் பிள்ளை
நமக்கு
அடங்கவில்லையா?

வினோதம்தான்.

ஆங்கிலேயனின்
சிலுவைக் குறி
நம்மைக்
கூட்டும் குறியாக
இருந்தது.

ஆனால்
நாம் வாங்கிய
சுதந்திரமோ
நம்மைச்
சிலுவையில் அறைந்தது.

அவன் கூட்டினான்
நாம் கழித்தோம்.

அவன் தொகுத்தான்
நாம் வகுத்தோம்
சாதி என்றும்
சமயம் என்றும்
வித விதமான
வகுத்தல்.

விடையிலோ
ஈவுமில்லை
இரக்கமும் இல்லை.

7-6-86

என் நாடு வேறு

நீயும் நானும்
  ஒரு நாட்டு மக்கள்
  என்கிறாய்.

ஆனால், நண்பனே!
  உன் நாடு வேறு
  என் நாடு வேறு.

உன் நாடு
    வெறும் மண்ணால் ஆனது
என் நாடு
    மனிதர்களால் ஆனது.

உன் நாட்டு எல்லை
    முள் வேலியால் ஆனது
என் நாட்டு எல்லை
    இமைகளால் ஆனது.

உன் நாட்டுப் பாடல்
    வெறும் சொற்களால் ஆனது
என் நாட்டுப் பாடல்
    பூக்களால் புனையப்பட்டது.

உன் நாடு
    ரத்த சரித்திரம்
என் நாடு
    காதல் கவிதை.

உன் நாடு
    தலைகளை எண்ணுகிறது
என் நாடு
    இதயங்களை எண்ணுகிறது.

உன் நாடு
    சட்டங்களால் ஆளப்படுகிறது
என் நாடு
    அன்பால் ஆளப்படுகிறது.

உன் நாடு
    ரத்தத்தால்
    பாசனம் செய்வது
என் நாடு
    வியர்வையால்
    பாசனம் செய்வது.

உன் நாடு
 கைதிகளைப் பிணைக்கும்
 சங்கிலி.

என் நாடு
 பூக்களைத் தொடுக்கும்
 நார்.

உன் நாடு
 வருணங்களின் போர்க்களம்
என் நாடு
 வர்ண வானவில்.

உன் நாடு
 ஏற்பாட்டுக் கல்யாணம்
என் நாடு
 காதல் கல்யாணம்.

உன் நாடு
 சந்தைக் கடை
என் நாடு
 விருந்து மண்டபம்.

உன் நாடு
 பிச்சைப் பாத்திரம்
என் நாடு
 அட்சய பாத்திரம்.

உன் நாடு
 விபச்சாரியின் படுக்கை
என் நாடு
 சாந்தி முகூர்த்தக் கட்டில்.

உன் நாடு
 வறட்டுக் கோஷம்

என் நாடு
    ஆனந்த கீதம்.

உன் நாடு
    மயானத்துப் புகை
என் நாடு
    கார்கால மேகம்.

உன் நாடு
    சுவரொட்டி
என் நாடு
    அஜந்தா ஓவியம்.

நீயும் நானும்
    ஒருநாட்டு மக்கள்
என்கிறாய்
ஆனால், நண்பனே!
    உன் நாடு வேறு
    என் நாடு வேறு.

1993

அடைப்புக் குறிக்குள்...

அலாரம் அலறியும்
எந்த இமையும்
திறக்கவில்லை.

சேவல்
சிறகினால்
வாயைப் பொத்திக் கொண்டது.

கிழக்குக் கடையும்
மூடிக் கிடந்தது.

புண்கள்
பொருக்கினால்
சாத்தப்பட்டன.

கண்ணீர்க் குழாய்கள்
இறுக அடைக்கப்பட்டன.

குழந்தைகள்
அழுது துடித்தும்
தாய்மார்கள்
மாராப்பை விலக்கவில்லை.

பேனாக்கள்
மூடிகளைக் கழற்றவில்லை.

வந்த கடிதங்கள்
பிரிக்கப்படவில்லை
எழுதி முடிக்காத
கடிதங்களும்
உறைக்குள் இட்டு
ஒட்டப்பட்டன.

மதகுகள்
திறக்கப்படவில்லை.

பாதைகளுக்கும்
கதவுகள் பொருத்தப்பட்டு
மூடப்பட்டன.

மலர்கள் பூட்டப்பட்டன
வண்டுகளின் சிறகுகள்
கட்டப்பட்டன.

புத்தகங்கள்
திறக்கப்படவில்லை.

பிரசவ வாசல்கள்
அடைக்கப்பட்டன.

மனங்களுக்குக்
காவல் போடப்பட்டது.

பூபாளம்
தடை செய்யப்பட்டது.

பொற்கைப் பாண்டியர்களின்
கைகள்
முன் ஜாக்கிரதையாக
வெட்டப்பட்டுவிட்டன.

சாவிகள்
நாடு கடத்தப்பட்டன.

குருடர்களின் இமைகளும்
கல்லறைகளும்
பாராட்டப்பட்டன.

பூட்டுக்களுக்கும்
தாழ்ப்பாள்களுக்கும்
நற்சான்றிதழ்
அளிக்கப்பட்டது.

வாய்கள் எல்லாம்
வாசல்கள் எல்லாம்
சாவித் துவாரங்கள் கூட
அடைக்கப்பட்டன.

தட்டித் தட்டிப்
பார்த்தேன்
ஓர் இதயம் கூடத்
திறக்கவில்லை.

மாலைப் பத்திரிகை
அறிவித்தது:
'பந்த்
முழு வெற்றி!'

2-10-85

ஒரு பிருத்விராஜனுக்காக...

காத்திருக்கிறாள்
சம்யுக்தை
உனக்காக...

கையில் ஒரு மாலையுடன்
கண்ணில் ஒரு மாலையுடன்
சுயம்வர மண்டபத்தில்...

ஆவலோடு உன்னைத்
தேடுகின்றன கண்கள்
ஆனால் மண்டபத்தில்
அலிகள், காமுகர்கள்
நீ மட்டும் இல்லை.

எதற்காக இந்தப் பருவம்?
எதற்காக இந்த மாலை?
எதற்காக இந்த சுயம்வரம்?
வரனில்லாமல்...

மண்டபம் எங்கும்
துச்சாதனக் கண்கள்
அவள்
கூசிக் குறுகுகிறாள்.

சதையைக்
கொத்திக் குதறும்
கழுகுகளின் அலகுகளால்
அவள் பெண்மை
ரத்தம் சிந்தித் துடிக்கிறது.

அந்த மண்டபத்தில்
உனக்கு அனுமதி மறுக்கப்பட்டாலும்
எப்படியும் நீ வருவாய் என்ற
நம்பிக்கையில்
வந்து நிற்கிறாள்.

அவள்
கண்களால் உன்னைக்
கண்டதில்லை
ஆனால்
நிலா நனைத்த இரவுகளின்
தனிமையில்

பெருமூச்சுக்களால்
உன்னைக் கண்டிருக்கிறாள்.

உன் அர்ச்சனைக்காகவே
மலர்ந்த மலர் அவள்
மூர்க்க வண்டுகளின்
முற்றுகையிலிருந்து
அவளைக் காப்பாற்று.

உன் புன்னகையில்தான்
அவள் இரவு
விடியும்.

நீரில் மூழ்கியவன்
சுவாசத்திற்குத் தவிப்பதுபோல்
உனக்காகத் தவிக்கிறாள்.

கண்ணீரால்
உன்னை அழைக்கிறாள்.

தடதடக்கும்
இதயத் துடிப்பை
உன் புரவியின்
குளம்போசை என்று
அடிக்கடி ஏமாறுகிறாள்.

எட்டுத் திசையும்
தேடிக் களைத்துத் திரும்பும்
நெஞ்சத்தை
மீண்டும் மீண்டும்
கெஞ்சுகிறாள்..

பசித்து அழும்
உன் நினைவுகளுக்குக்
கண்களால் பாலூட்டுகிறாள்.

இந்த நரகச் சிறையிலிருந்து
அவளை விடுவிப்பதற்கு
நீ எப்போது வரப்போகிறாய்?

இனியும் தாமதிக்காதே!

புயலின் மீது ஏறி வா!

நீ ஒரு கோழையைப் போல்
அவளைத்
தூக்கிக்கொண்டு ஓடவேண்டாம்.
இந்த ஆபாசக் கும்பலுக்கு
உன் வருகையால் சமாதி கட்டு.
அந்தச் சமாதியே
உன் மணமேடை ஆகட்டும்!

26-6-85

ஒரே ஒரு ஊரில்...

ஒரே ஒரு ஊரில்
ஒரே ஒரு ராஜா.
அதனால்
ஒரு பிரச்சினையும் இல்லை.
அதனால்
ஒரு கதையும் இல்லை.

ஒரே ஒரு ஊரில்
ஒரே ஒரு ராஜா.
அவனுக்கு

ஒரே ஒரு ராணி.
அப்புறம் அந்தக் கதையில்
ஒரே ஒரு ராணிதான்;
ராஜா இல்லை.

ஒரே ஒரு ஊரில்
ஒரே ஒரு ராஜா.
அவனுக்கு
ஒரே ஒரு ராணி.
அதனால் அவன் செத்துப் போனான்

ஒரே ஒரு ஊரில்
ஒரே ஒரு ராஜா.
அவனுக்கு ஏகப்பட்ட ராணிகள்.
அதனால் அவன் செத்துப்போனான்.

ஒரே ஒரு ஊரில்
ஒரே ஒரு ராஜா.
குடிமக்கள் யாருமே இல்லை.
அவன் எப்படி ராஜா ஆனான்
என்று அவனுக்குத் தெரியவில்லை.
யாரை ஆள்வது என்று
அவனுக்குப் புரியவில்லை.
இதனால் அவன்
பைத்தியம் பிடித்துச்
செத்துப் போனான்.

ஒரே ஒரு ஊரில்
ஒரே ஒரு ராஜா.
அவன் எப்போதும்
சிம்மாசனத்திலேயே இருப்பான்.
சிம்மாசனத்திலிருந்து இறங்கினால்
வேறு யாராவது
அதில் அமர்ந்துவிடுவார்கள் என்று
அவனுக்கு பயம்.
எல்லாமே சிம்மாசனத்தில்தான்.
சிம்மாசனத்திலேயே
அவன் செத்துப் போனான்.
செத்த பிறகும் அவனைச்
சிம்மாசனத்திலிருந்து
பிரிக்க முடியவில்லை.
அவன் அதோடு பிரிக்க முடியாதபடி
ஒட்டிக் கொண்டிருந்தான்.
அதனால்
சிம்மாசனத்தையே பாடையாக்கி
அவனை எடுத்துக்கொண்டு போனார்கள்.
சிம்மாசனத்தோடேயே
அவனைப் புதைத்தார்கள்.

ஒரே ஒரு ஊரில்
ஒரே ஒரு ராஜா.
தான் ஒரே ஒரு ராஜா என்பதில்
அவனுக்குப் பெரிய கர்வம்.
அதனால் கண் மண் தெரியாமல்
ஆடினான்.
அதனால் சிம்மாசனத்திலிருந்து
தவறிக் கீழே விழுந்தான்.

ஆடிய சிம்மாசனம்
அவன் மேல் கவிழ்ந்து விழுந்தது.
ராஜா சிம்மாசனத்தால்
நசுங்கிச் செத்தான்.

ஒரே ஒரு ஊரில்
ஒரே ஒரு ராஜா.
இப்படியே
ஒவ்வொரு ஊரிலும்
ஒவ்வொரு ராஜா.
அதனால் அவர்களுக்குள்
அடிக்கடி சண்டை நடந்தது.
அதனால்
எல்லா ராஜாக்களும்
செத்துப் போனார்கள்.

ஒரே ஒரு ராஜா.
பாவம், அவனுக்கு
ஒரே ஒரு ஊர் கூட இல்லை.
அவன் தன் மகுடத்தையே
பிச்சைப் பாத்திரமாக்கிப்
பிழைத்துக் கொண்டிருந்தான்.

☆

ஒரே ஒரு ஊரில்
ஒரே ஒரு ராஜா கூட இல்லை.
குடிமக்கள் மட்டுமே இருந்தனர்.
தங்களுக்குக் கட்டளை இட

ராஜா இல்லாத ஏக்கத்தில்
அவர்கள் எல்லோரும்
செத்துப் போனார்கள்.

ஒரே ஒரு ஊரில்
ஒரே ஒரு ராஜா இல்லை.
எல்லோருமே
ராஜாக்களாக இருந்தனர்.
இதனால்
பெரிய குழப்பமாகிவிட்டது.
இதனால்
ஒருவரை ஒருவர் அடித்துக்கொண்டு
செத்துப் போய்விட்டனர்.

ஒரே ஒரு ஊரில்
ஒரே ஒரு ராஜா கூட இல்லை.
ஒரே ஒரு குடிமகன் கூட இல்லை.
பாவம்
ஊர் மட்டும்தான் இருந்தது.

ஒரே ஒரு ஊரில்
ஒரே ஒரு ராஜா.
அவனைப் பற்றி
ஒரே ஒரு கதை.
அந்தக் கதையிலும்
ஒரே ஒரு ஊரில்
ஒரே ஒரு ராஜா.

அவனைப் பற்றியும்
ஒரே ஒரு கதை.
அந்தக் கதையிலும்...

ஒரே ஒரு ஊரில்
ஒரே ஒரு கதை மட்டுமே
இருந்தது.
அது தன்னைச் சொல்லவோ
கேட்கவோ யாருமே இல்லையே
என்ற ஏக்கத்தில்
செத்துப் போனது.

ஒரே ஒரு ஊரில்
ஒரே ஒரு ஒன்று மட்டும்
இருந்தது.

ஒரே ஒரு ஊரும் இல்லை.
ஒரே ஒரு ராஜாவும் இல்லை.
ஒன்றும் இல்லை.

1-12-94

ஒருமைப்பாடு

'ஜெய ஜெய பாரத மாதா'
என்று
பூசாரி
மணியடித்துத்
தீபாராதனை செய்தார்.

அவர் பார்வை
காணிக்கைத் தட்டிலேயே
இருந்ததால்
கர்பக் கிரகத்தை
கவனிக்கவில்லை.

தேவி
அங்கே இல்லை.

அவள்
நோய்ப் படுக்கையில்
படுத்திருந்தாள்.

அவளுக்கு
வினோதமான நோய்.

கூந்தல் முழுதும்
உதிர்ந்துவிட்டது.
ஈரும் பேனும்
பெருகிக்
கொண்டையாய்
மண்டிக் கிடந்தன.

வகிடு எடுத்த இடத்தில்
முள் முளைத்திருந்தது.

திலகம் இருந்த இடத்தில்
வட்டமாய்
சீழ்க் கொப்புளம்.

தலை பெருத்துக்
கால்கள் சூம்பிப்போய்
இருந்தன.

ஒரு கை
   வீங்கியிருக்க
ஒரு கையில்
   முடக்கு வாதம்.

உடம்பெல்லாம்
அவள் பிள்ளைகள்
   கடித்துக் குதறிய
ரத்தக் காயங்கள்.

ஒரு கண்ணில்
   கிட்டப் பார்வை
ஒரு கண்ணில்
   தூரப் பார்வை.

மார்பகம் சூம்பியிருந்தது.
அது
சில பிள்ளைகளுக்கு மட்டும்
பால் சுரக்கும்
சில பிள்ளைகளுக்குச்
   சுரக்காது.

உடம்பில்
   எங்கே அடிபட்டாலும்
கண் அழுவதில்லை.

கண்ணில் தூசி
   விழுந்தால்
கை எடுப்பதில்லை.

சொறி பிடித்த
   அங்கங்களுக்குள்
சச்சரவு.

அவள்
இரத்தக் குழாய்களில்
சுவர்கள்
    எழுப்பப்பட்டிருந்தன.

இரத்தத்தை
    யாருக்கும்
      தர மறுத்தது
இதயம்.

சுவாசக் காற்று
    எனக்கே
சொந்தம் என்றது
சுவாசப்பை.

இரைப்பையோ
    உணவெல்லாம்
எனக்கே என்றது.

உள்ளே எல்லாம்
    உடைந்து சிதறும்
      ஓசை.

காயங்களின் கூக்குரல்.

'ஒருமைப்பாடு ஓங்குக'

அழுகிய சடங்கு சப்தம்
காற்றில் நாறியது.

ஆயிரம் பேரைக் கொன்ற
வைத்தியர்கள்
    அவசரமாக
வரவழைக்கப்பட்டனர்.

அவர்கள்
அனுபவம் உடையவர்கள்.

முகங்களை எல்லாம்
   உருக்கி
ஒரே அச்சில்
   வார்த்தவர்கள்.

எல்லா நாக்குகளையும்
   அறுத்து
ஒரே நாக்கு
   ஆக்கியவர்கள்.

வானவில்லில்
   வர்ணங்களைக் கலக்கி
ஒரே நிறம்
   ஆக்கியவர்கள்.

ஏழு ஸ்வரங்களைப்
   பிசைந்து
ஒரே ஸ்வரம்
   ஆக்கியவர்கள்.

இரவையும் பகலையும்
   குழைத்து
ஒன்றாக்கியவர்கள்.

ஆணுக்கும் பெண்ணுக்கும்
அங்கம் ஒன்றாக்கியவர்கள்.

அவர்கள்
பாரத மாதாவின்
நாடி பிடித்து
   பார்த்தனர்.

அவர்களுக்கு
நோய் இன்னதென்று
புரிந்து விட்டது.

அவர்கள் சீட்டு எழுதினர்:

முகம் கை கால்
 என்று
தனித் தனியாக
அங்கங்கள் இருப்பதால்தான்
 இந்தக்
கோளாறு.

எல்லா அங்கங்களையும்
ஒன்றாகப் போட்டுப்
 பிசைந்து
ஒரே மாமிசப் பிண்டமாக்கிவிட்டால்
 எந்த நோயும்
வராது.

பாரத மாதாவின் உடல்
 அதிர்ந்து நடுங்கியது.

தூரத்தில்
'ஜனகண மன'வின்
 சொற்கள்
கீழே விழுந்து
உடையும் சப்தம் கேட்டது.

18-1-95

குப்பையைக் கிளறும் சிறகுகள்

உன் உயரம் என்ன?
 என்று கேட்டால்
உன் உடலின் உயரத்தைச்
சொல்கிறாய்.

உடலின் உயரம்தான்
 உன் உயரம் என்றால்
மரங்களையும் மலைகளையும் விடச்
சிறியவனா நீ?

பரிணாமத்தின்
சிகரமல்லவா நீ!

மனிதனின் உயரம்
    அவன்
உடலின் உயரம் அல்ல.

உன் உயரம்
    உன்
சிறகுகளின் சக்தியில்
    இருக்கிறது.

உனக்கு
வானமும் எல்லை இல்லை.

படைப்பின் வியப்புக் குறி நீ!
    ஆனால்
வினாக் குறி போல்
    தலை குனிந்தே நிற்கிறாய்.

சிந்தனை உனக்குச்
சிறகுகள் தந்தது
    நீயோ அவற்றால்
குப்பைகளைக் கிளறுகிறாய்.

நீயும்
வாயு அடைத்த
பலூன்தான்
    ஆனால்
புழுதியிலேயே
புரண்டு கொண்டிருக்கிறாய்.

ஏணிகளைக் கூட
    நீ
இறங்குவதற்கே
    வாங்குகிறாய்.

பிரபஞ்சத்தின்
    பிரேம கீதம் நீ!
ஆனால்
அவரோகணத்தில்
    சரியாக இருக்கும் நீ
ஆரோகணத்தில்
    அபசுரமாக ஒலிக்கிறாய்.

நெருப்புச் சுடர்
    கவிழ்த்திப் பிடித்தாலும்
    மேல் நோக்கியே எரியும்
உன்னை
நிமிர்த்திப் பிடித்தாலும்
    கீழ் நோக்கியே எரிகிறாய்.

நீ குழியானாய்
    அதனால்
பிணங்கள் உனக்குள்
புதைக்கப்பட்டன.

புகை கூட
மேலே உயர்கிறது
    நீயோ
சாம்பலைப் போல்
கீழே உதிர்கிறாய்.

மரம் கூடத் தன்
சொந்தக் காலில் நின்று
    உயர்கிறது.
    நீயோ
உயர்வதற்கு
நாற்காலிகளைத்
    தேடுகிறாய்.

காகிதப் பட்டம் கூட
நூலால் உயரே
 பறக்கிறது.
நீயோ
பட்டங்களால்
 உயரப் பார்க்கிறாய்.

மேலே இருப்பது மட்டும்
உயரம் அல்ல.

கௌரவமான உயரம்
எது? என்பதைத்
தன் ஆசனத்தைத்
தன் வாலால்
 அமைத்துக் கொண்ட
அனுமனிடமிருந்து
 தெரிந்து கொள்.

கோபுரங்களையும்
மினாராக்களையும்
 உயர்த்திக் கட்டத் தெரிந்த
 உனக்கு
உன்னை உயர்த்திக் கட்டத்
 தெரியவில்லையே.

கரும்பின் கணுக்கள்
 அதன் உயரத்தை மட்டும்
 அளந்து சொல்லவில்லை
அது தேக்கி வைத்திருக்கும்
ரசத்தின் அளவையும்
சொல்கின்றன.

உன் வயதும்
கரும்பின் கணுக்களாக
 இருக்கட்டும்.

உயரமாக நிற்கும் சிகரம்
வைகறை ஒளியின்
முதல் முத்தத்தைப்
 பெறுகிறது.

வானத்தை நோக்கி
 உயரும்
கிளைகளுக்குப்
பூக்கள்
 வரமாகக் கிடைக்கின்றன.

உயரும் நாணலுக்கும்
 இயற்கை
கிரீடம் சூட்டுகிறது.

நீ உயரமாக இரு
 ஆனால்
உபயோகப்படாதவற்றைப்
 போட்டு வைக்கும்
பரணாகி விடாதே.

உன் உயரம்
தூரத்தில் இருப்பதையும்
பார்க்க உதவும்
பார்வைக் கோபுரமாக
 இருக்கட்டும்.

நீ மென்மை ஆகு
மேலே செல்வாய்.

படகாக இரு
மேலே மிதப்பாய்.

சூரியனின்
 அழைப்பை ஏற்றுச்

சுத்தமாகு
மேகமாக
மேலே உயர்வாய்.

உன் கனவுகள்
நீராகவும்
நீ அதில் மலரும்
தாமரையாகவும் இருக்கிறாய்.

உன் கனவுகளின் அளவே
நீ உயர்வாய்.

மனிதனே!
நீ
உன்னை விட
உயரமானவன் என்பதை
அறிவாயா?

வீணையிலிருந்து புறப்பட்டு
மேலே செல்லும்
பாடலைப் போல
உன்னிடத்திலிருந்து புறப்பட்டு
நீ
மேலே செல்வாயாக!

நீ நட்சத்திரங்களை
முத்தமிட விரும்பினால்
உன்னைப் பறக்க விடாமல்
தடுக்கும்
ஈர்ப்புகளிலிருந்து
விடுதலை அடையும்
சக்தியைப் பெறுவாயாக!

நீ உயர உயர
உன்னை உயர்த்திய

ஒவ்வொன்றையும்
துறப்பாயாக!
ஏவுகணை போல.

இல்லையேல்
நீ மேல் நோக்கி
உயர முடியாது.

நீ ஒரு
பிரார்த்தனையாக இருந்தால்
உன் உயர்வு
இறைவனைத்
 தொடுவதாக இருக்கும்.

உயரங்கள்
 உன்னை
அண்ணாந்து பார்க்கும்.

8-12-85

நிழல்கள்

நிழல்கள் —
அசையும் புகைப்படங்களா?

சூரியச் சவுக்காரத்தால்
 சலவை செய்ய முடியாத
கறைகளா?

இரவு மந்தையில்
   வழி தவறிப்
   பின் தங்கிவிட்ட
குட்டிகளா?

இரவின் காலடித் தடங்களா?

வெள்ளையர் நாட்டில்
   வசிக்கும்
கறுப்பர்களா?

வெளிச்சத்தோடு
கண்ணாமூச்சி ஆடும்
   விளையாட்டுத் தோழர்களா?

இல்லை
வெளிச்சத்தின் படையெடுப்பில்
   தப்பி ஒளிந்த
கோழைகளா?

எல்லோரையும்
எல்லாவற்றையும்
   கீழே வீழ்த்துகிறது
நிழல்.

எல்லா நிறங்களையும்
கறுப்பாக்குகிறது
   நிழல்.

எல்லோரையும்
எல்லாவற்றையும்
ஒன்றாக்குகிறது
   நிழல்.

நிழல் —
   நம்முடைய
இரண்டாவது உடல்.

நம்முடைய
இருண்ட பக்கம்.

ஒவ்வொன்றிற்கும்
நிழல் உண்டு.

நினைவுகள்
நிகழ்ச்சிகளின் நிழல்கள்.

கனவுகள்
நனவுகளின் நிழல்கள்.

மரணம்
வாழ்க்கையின் நிழல்.

துன்பம்
இன்பத்தின் நிழல்.

மௌனம்
சப்தத்தின் நிழல்.

நம் உடலே
ஒரு நிழல்தான்
ஏதோ ஒரு
    மூல உருவத்தின்
நிழல்.

நம் நிழல்
நிழலின் நிழல்.

☆

இதோ,
எங்கே போனாலும்
   என்னைப்
பின் தொடர்ந்து வருகிறது
என் நிழல்.

என்னுடன் பிறந்து
என்னுடன் வாழ்ந்து
மரணத்தில்
என்னுடன்
உடன்கட்டை ஏறும்
உண்மையான உறவு.

புழுதியில் புரண்டாலும்
   அழுக்காவதில்லை.

நீரில் விழுந்தாலும்
   நனைவதில்லை.

நெருப்பில் தள்ளினாலும்
   எரிவதில்லை.

வெட்டினாலும்
   காயப்படுவதில்லை.

புதைக்கவோ முடிவதில்லை.

பசி இல்லை
தாகம் இல்லை
பிரச்சினை எதுவும் இல்லை.

பொறாமையாக இருக்கிறது
எனக்கு
என் நிழல் மீது.

8-5-85

✲

பத்தினிப் பரத்தை

மரணமே!
முகத்திரை அணிந்த
மர்ம அழகியே!

அவ்வப்போது
திரை விலகித் தெரிந்த
உன் முகத்தை
நான் தரிசித்திருக்கிறேன்
ஓ, என்ன பயங்கர அழகு!

உறக்கத்தில் —
அந்த அந்தரங்கமான
சந்திப்பு இடத்தில் —

கனவுகளின் தொந்தரவு இல்லாத
தருணங்களில்
உன்னை ஸ்பரிசித்திருக்கிறேன்
ஓ, நீதான் எவ்வளவு இதமானவள்!

அழையாத விருந்தாளியே!
எந்தக் கதவும்
உன்னைத் தடுக்க முடிவதில்லை.

உலகம் உன் விருந்து மேசை
எல்லோரும்
உனக்காகப் பரிமாறப்பட்டவர்களே!

நீ எதை? எப்போது?
எடுத்து உண்பாய் என்பது
யாருக்கும் தெரிவதில்லை.

உன் தொட்டில் தூக்கத்திற்கு
வாழ்க்கை ஒரு தாலாட்டு.

நல்ல பிள்ளைகள்
சீக்கிரம் உறங்கிவிடுகின்றன.
சுட்டிப் பிள்ளைகள்
அடம்பிடிக்கின்றன.

கண்ணீரால்
தாகம் தணிபவளே!
எல்லாப் பாதைகளும்
உன்னையே வந்தடைகின்றன.

உன்னை விட்டு ஓடுகிறவனும்
உன்னை நோக்கியே ஓடுகிறான்.

சோகத்தை
உடுத்திக் கொள்கிறவளே!
எத்தனை பேருக்குத் தெரிகிறது?

நீதான் நிஜம்
வாழ்க்கை உன் நிழல் என்று.

வாழ்க்கை
விளையாடி உடைத்த பொம்மைகளை
நீ பரிவோடு
உன் மடியில் எடுத்துக் கொள்கிறாய்.

எல்லா வாக்குகளும்
உன் பெட்டியிலேயே விழுகின்றன.
உன்னை எதிர்த்து நிற்கும்
வேட்பாளர்கள்
எப்போதும்
தோல்வியையே தழுவுகிறார்கள்.

உயிர்கள் எல்லாம்
உன் முகவரி எழுதப்பட்ட
கடிதங்கள்
ஒவ்வொரு கடிதத்தையும்
நீ அவசர ஆவலோடு
பிரித்துப் படிக்கிறபோதெல்லாம்
நான் வியப்பதுண்டு
அந்தக் கடிதங்களில்
அப்படி என்னதான் இருக்கிறது?

மனித நாணயங்களை
உன் உண்டியலில்
சேமித்துக்கொண்டே இருப்பவளே!
எந்தச் செலவுக்காக
இந்தச் சேமிப்பு?

ஊழலற்ற ஒரே அரசு
உன் அரசுதான்!
யாருக்கும் வளையாத 'சட்டம்
உன் சட்டம்தான்!

எந்த லஞ்சத்திற்கும்
இணங்காதவள் நீ!

எல்லோரும்
உனக்கென்று நிச்சயிக்கப்பட்டவர்களே
அப்படியிருந்தும்
உனக்கேன் இந்தக் காம வெறி?

விருப்பமில்லாதவர்களையும்
நீ பலவந்தமாக அணைக்கிறாய்
மிரண்டு ஓடுபவர்களையும்
சிரித்துக்கொண்டே விரட்டுகிறாய்.
எதிர்பார்க்காதவர்களையும்
திடீரென்று முத்தமிடுகிறாய்.

புதிரானது உன் காதல்
உன்னை வெறுப்பவர்களைக்
கட்டித் தழுவிக் கொள்கிறாய்.
உனக்காக
ஏங்கித் துடிப்பவர்களையோ
அலட்சியம் செய்கிறாய்.

ஆயுள் தண்டனைக் கைதிகளை
விடுதலை செய்கிறவளே!
வாழ்ந்தவனுக்குத்தான் மரணம்
வாழ்க்கையையே
மரணமாக்கிக் கொண்டவர்க்கு
நீதான் வாழ்க்கையோ?

மரணமே!
நீதான் வாழ்க்கை
ஏனெனில்
நீ மட்டும்தான் சாவதில்லை.

☆

மரணமே! எனக்குத் தெரியும்
வாழ்க்கையை விட
நீ நல்லவள்.

அது
தன்னைக் காதலிப்பவர்களுக்குப்
போக்குக் காட்டுகிறது.
கைப்பிடித்தவர்களோடு
சண்டை போடுகிறது.

நீயோ, பாரபட்சமின்றி
எல்லோரையும் நேசிக்கிறாய்
நீ ஒரு பத்தினிப் பரத்தை!
அதிசயமானது
உன் கற்பு!

பரிபூரணமானது
நீ தரும் படுக்கைச் சுகம்.
உன்னோடு படுத்தவர்கள்
வேறு யாரோடும்
படுக்க மாட்டார்கள்.

காயங்களால்
அலங்கரித்துக் கொள்கிறவளே!
உன் மீது எனக்கு
வெறுப்புமில்லை
பயமும் இல்லை
உன்னைச்
சரியாகவே புரிந்துகொண்டிருப்பதால்.

என்றாலும்
நீ அவசரப்படாதே.

உன் பச்சையான
காதல் கடிதங்களால் —
காம மோகச் சாடைகளால்

நம் காதலைக்
கொச்சைப்படுத்தாதே.

முதுமையின் முகூர்த்தத்தில்
நோயின் புரோகிதத்தில்
ஏற்பாட்டுக் கல்யாணம்
நமக்கு வேண்டாம்.

ஓர் இரையைப் போல்
என்னை வேட்டையாடி விடாதே
உன் காதலனாகவே
என்னைச் சந்திக்க வா!

வாழ்க்கையை —
அதுதான்
உன் சக்களத்தியை
சமாதானப்படுத்த
எனக்கு அவகாசம் கொடு!

மூச்சுப் பாவோட்டி
உனக்கான
கல்யாணப் புடவையை
நெய்யும் வரை
ஆயுளை அனுமதி!

உனக்கான பரிசமாகப்
போதிய காயங்களை
நான் திரட்டும் வரை
பொறுத்திரு!

பிறகு —
நடக்கட்டும் நமது
சாந்தி முகூர்த்தம்!

10-10-85